മുള്ളും പൂവും പിണങ്ങാതെ

mullum poovum pinangathe
poems
•
ezhachery ramachandran
•
first edition
february 2009
•
second edition
february 2011
•
typesetting
vega graphics
•
published
chintha publishers, thiruvananthapuram
•
cover
ambeesh kumar

വിതരണം
ദേശാഭിമാനി ബുക്ക് ഹൗസ്
H O തിരുവനന്തപുരം–695 001

ബ്രാഞ്ചുകൾ
ഓവർബ്രിഡ്ജ് തിരുവനന്തപുരം • കെ എസ് ആർ ടി സി ബസ് സ്റ്റേഷൻ ആലപ്പുഴ • കെ എസ് ആർ ടി സി ബസ് സ്റ്റേഷൻ എറണാകുളം • ഐ ജി റോഡ് കോഴിക്കോട് • മാവൂർ റോഡ് കോഴിക്കോട് • എൻ ജി ഒ യൂണിയൻ ബിൽഡിങ് കണ്ണൂർ • സെൻട്രൽ ബസ് ടെർമിനൽ കോംപ്ലക്സ് താവക്കര കണ്ണൂർ • മച്ചിങ്ങൽ ലെയ്ൻ തൃശൂർ

CR - 1058 / 2633

മുള്ളും പൂവും പിണങ്ങാതെ

കവിതകൾ

ഏഴാച്ചേരി രാമചന്ദ്രൻ

ചിന്ത പബ്ലിഷേഴ്സ്
തിരുവനന്തപുരം-695 001

ഏഴാച്ചേരി രാമചന്ദ്രൻ

മീനച്ചിൽ താലൂക്കിൽ, രാമപുരം പഞ്ചായത്തിലെ ഏഴാച്ചേരി ഗ്രാമത്തിൽ (കോട്ടയം ജില്ല) ജനിച്ചു. എം എ, ബി എഡ് പാസായി. *ദേശാഭിമാനി* ദിനപത്രത്തിൽ (തിരുവനന്തപുരം) വാരാന്തപതിപ്പിന്റെ പത്രാധിപരായിരുന്നു. *ചരിത്രത്താളിൽ ഒരു നിഴൽപോലും വീഴ്ത്താതെ, ബന്ധുരാംഗീപുരം, ഇപ്പോൾ നദീമുഖം ശാന്തം, എന്നിലൂടെ, കേദാരഗൗരി, മഴവരയ്ക്കുന്ന ഗുഹാചിത്രങ്ങൾ, ക്ഷീരപുരിയിലെ സന്യാസിനികൾ, കാവടിച്ചിന്ത്, നീലി, കയ്യൂർ, അകലെയെങ്ങോ ഇടിമുഴക്കം* (കവിതാ സമാഹാരങ്ങൾ), *മുള്ളും പൂവും പിണങ്ങാതെ, അമ്മവീട്ടിൽപ്പക്ഷി, തങ്കവും തൈമാവും* (ബാലസാഹിത്യം - കവിതകൾ), *ഉയരും ഞാൻ നാടാകെ* (ഗദ്യം) എന്നിവയാണ് കൃതികൾ.

കേരള സാഹിത്യ അക്കാദമി അവാർഡ്, ഉള്ളൂർ അവാർഡ്, മൂലൂർ അവാർഡ്, അബുദാബി ശക്തി അവാർഡ്, എസ് ബി ടി അവാർഡ്, എ പി കളയ്ക്കാട് പുരസ്കാരം, നിമിഷകവി അഞ്ചൽ ആർ വേലുപ്പിള്ള പുരസ്കാരം, വി സാംബശിവൻ പുരസ്കാരം, എം എസ് രുദ്രൻ അവാർഡ്, പ്രൊഫ. എ സുധാകരൻ അവാർഡ്, ഒരുമ പുരസ്കാരം, എഴുമംഗലം വാമദേവൻ അവാർഡ്, സംസ്ഥാന ബാലസാഹിത്യ ഇൻസ്റ്റിറ്റ്യൂട്ട് അവാർഡ് തുടങ്ങിയവ കവിതയ്ക്കു ലഭിച്ചു.

പ്രൊഫഷണൽ നാടകഗാനരചനയ്ക്ക് മൂന്നുതവണ സംസ്ഥാന സർക്കാർ അവാർഡ് ഉൾപ്പെടെ വിവിധ പുരസ്കാരങ്ങൾ, ചലച്ചിത്രഗാനരചനയ്ക്ക് ഫിലിംക്രിട്ടിക്സ് അവാർഡ്.

കേരളസാഹിത്യ അക്കാദമി നിർവാഹകസമിതിയംഗം, ജനറൽ കൗൺസിൽ അംഗം, ചലച്ചിത്ര അക്കാദമിയംഗം എന്നീ നിലകളിൽ പ്രവർത്തിച്ചു.

ഇപ്പോൾ പുരോഗമനകലാസാഹിത്യസംഘം സംസ്ഥാന വൈസ് പ്രസിഡന്റുമാരിൽ ഒരാൾ. തോന്നയ്ക്കൽ കുമാരനാശാൻ ദേശീയ ഇൻസ്റ്റിറ്റ്യൂട്ട് അംഗം, സാഹിത്യ പ്രവർത്തക സഹകരണ സംഘം ഭരണസമിതിയംഗം.

വിലാസം : മനസ്സ്, കാവല്ലൂർ
വട്ടിയൂർക്കാവ് പി ഒ, തിരുവനന്തപുരം -13

സഞ്ചരിക്കുന്ന പൊട്ടിച്ചിരികൾ
സങ്കടച്ചെടിയിലെ പൂമൊട്ടുകൾ
പുഞ്ചിരിത്തിരിയിട്ടു പൂമുഖത്തിണ്ണയിൽ
നന്മ കൊളുത്തുന്ന ദീപങ്ങൾ, അവ-
രല്ലോ തളിരിളം പൈതങ്ങൾ

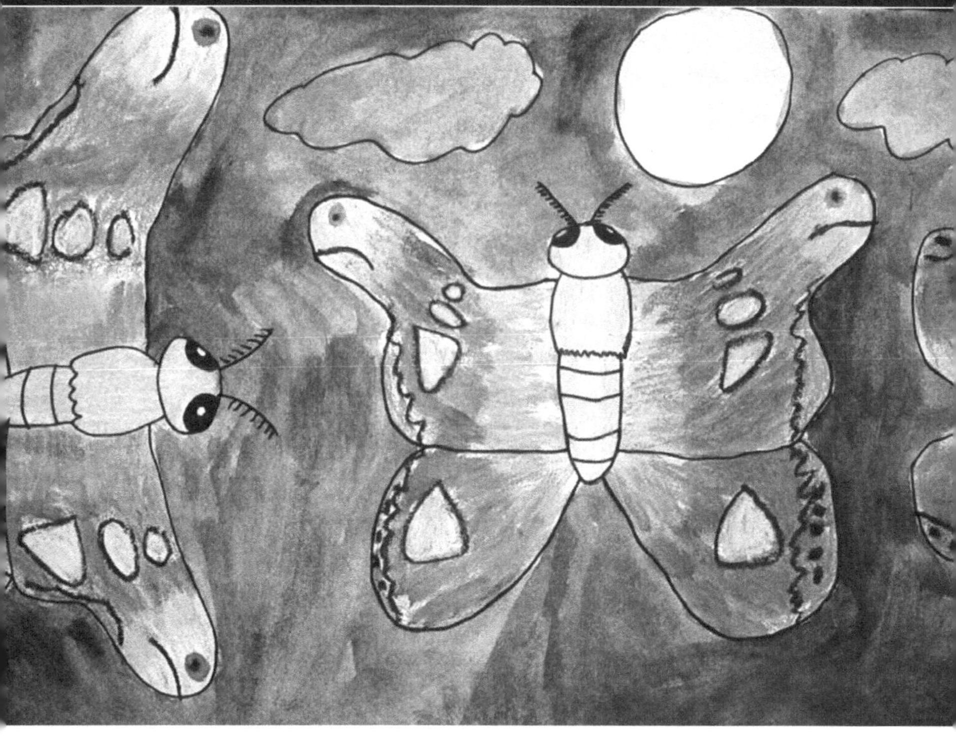

ഇതെന്റെ പതിനഞ്ചാമത്തെ പുസ്തകമാണ്; ബാലസാഹിത്യകൃതികളിൽ മൂന്നാമത്തേതും. ആദ്യത്തെ നാലു പുസ്തകം ഉൾപ്പെടെ എന്റെ അഞ്ചു പുസ്തകങ്ങൾ പ്രസിദ്ധീകരിച്ച ചിന്ത പബ്ലിഷേഴ്സ് ആണ് ഇതും പ്രസിദ്ധീകരിക്കുന്നത്. ചിന്തയുടെ ചുമതലക്കാരോട് ഞാൻ കൂടുതൽ കടപ്പെട്ടിരിക്കുന്നു.

പഠനമെന്നു തന്നെ വിശേഷിപ്പിക്കാവുന്ന അവതാരികയിലൂടെ ഈ പുസ്തകത്തോട് സ്നേഹപൂർണ സമീപനം സ്വീകരിച്ച ഏറെ ശ്രദ്ധേയനായ നിരൂപകൻ, സഹോദരതുല്യനായ ഡോ. കെ എസ് രവികുമാറിനോടുള്ള നന്ദി പറഞ്ഞുതീർക്കുന്നില്ല.

ഫെബ്രുവരി 11
2009

ഏഴാച്ചേരി രാമചന്ദ്രൻ

ഉള്ളടക്കം

മാറ്റിയെഴുതിയ മാനിഫെസ്റ്റോ

ഡോ. കെ എസ് രവികുമാർ

ആദ്യം ഉണ്ടായ സാഹിത്യരൂപമാണ് കവിത. ഈണവും താളവും അതിന്റെ ജീവാധാരങ്ങളാണ്. ചിലപ്പോൾ ആ ഘടകങ്ങൾ പ്രകടവും ചിലപ്പോൾ പരോക്ഷവും ആയെന്നു വന്നേക്കാം എന്നു മാത്രം. അന്തർഭാവഭംഗികളും ചിന്താദീപ്തികളും പദയോജനാവൈചിത്ര്യവുമൊക്കെ കുറെക്കൂടി ആന്തരികവും സൂക്ഷ്മവുമായ കാവ്യശ്രുതികളാണ്. അതിനാൽ, സാധാരണയായി കവിതാരചനയിൽ പുലർത്തുന്ന ലക്ഷ്യങ്ങൾക്കപ്പുറം, കുട്ടികളെ കാവ്യലോകത്തേക്ക് ഉപനയിക്കുക, അതിൽ അവരെ ആകൃഷ്ടരാക്കുക എന്നീ ലക്ഷ്യങ്ങൾ കൂടി മുൻനിറുത്തി എഴുതുന്ന കവിതകൾക്ക് ഈണത്തിന്റെയും താളത്തിന്റെയും ബാഹ്യവിതാനം പ്രധാനമാണ്. ഏഴാച്ചേരി രാമചന്ദ്രന്റെ കവിതകൾ സഹജമായിത്തന്നെ ഈണവും താളവും ഉള്ളതാണ്. മലയാളകവിതയുടെ പാട്ടുപാരമ്പര്യത്തെ ഗാഢമായി പിന്തുടരുന്ന രചനകളാണവ. കുട്ടികൾക്കുള്ള കവിതകളിൽ അത് കൂടുതൽ പ്രകടവും ആകർഷകവും ആയ വിതാനത്തിലേക്ക് ഉയരുന്നു.

കവിത വായിച്ചു തുടങ്ങുന്ന കുട്ടികൾ, അതായത് കാവ്യാനുശീലനത്തിൽ മെല്ലെ മെല്ലെ പദം വെച്ചു മുന്നേറുന്നവർ കവിതയുടെ പരമ്പരാഗത രീതികളുമായി പരിചയപ്പെടേണ്ടത് അനിവാര്യമാണ്. അവർ കവിതയുടെ പുതുരീതികളും നവപരീക്ഷണങ്ങളുമായി പരിചയപ്പെട്ടിരിക്കുന്നത് നല്ലതാണ്. അതേസമയംതന്നെ അതുമാത്രം അറിഞ്ഞിരുന്നാൽ കവിതയുടെ വിപുലമായ ഈടിരിപ്പുകളും അവ പകരുന്ന അനന്തമായ ആസ്വാദന സാധ്യതകളും അന്യമാകുകയാവും ഫലം. പരമ്പരാഗത കവിതയെ തീരെ അറിയാതെ പുതുസമ്പ്രദായങ്ങളിൽ മാത്രം അഭിരമിച്ചാൽ വരുന്ന നഷ്ടം ഏറെയായിരിക്കും എന്നു ചുരുക്കം.

എന്തിനുവേണ്ടിയാവാം കാവ്യരചനയ്ക്ക് ഈ രീതിയിലുള്ള വ്യവസ്ഥാപിതമെന്നു പുറമേ തോന്നുന്ന ചട്ടക്കൂടുകൾ രൂപപ്പെട്ടത്? അടിസ്ഥാ

നപരമായ മാനുഷികചലനങ്ങളിൽ നിന്ന് രൂപപ്പെട്ട താളങ്ങളിലും മനുഷ്യന്റെ ആത്മഭാവങ്ങളുടെ സഹജമായ ആവിഷ്കാരങ്ങളായ ഈണങ്ങളിലും ഒക്കെ ആദ്യകാലത്ത് കവിത വാർന്നുവീണു എന്നുകരുതാം. എന്നാൽ പിൽക്കാലത്ത് ആ ഘടകങ്ങൾ മറ്റൊരു ദൗത്യം കൂടി നിറവേറ്റിയിട്ടുണ്ട്. അത് എഴുത്തുകാരൻ നേടേണ്ട പദവൈഭവത്തിന്റെ ചട്ടക്കൂടായി ആ വ്യവസ്ഥ വർത്തിച്ചു എന്നതാണ്. താളക്രമത്തിന്റെയും ഈണവഴക്കത്തിന്റെയും തരംഗ ചലനത്തിലൂടെ കവിത മുന്നേറുമ്പോൾ, ഭാവത്തെയും അർഥത്തെയും അതിനൊപ്പം ഇണക്കിയെടുക്കാൻ കവിക്കു കഴിയണം. അത് വിപുലമായ പദശേഷികൊണ്ടും, താൻ ഉപയോഗിക്കുന്ന ഓരോ വാക്കിന്റെയും ആന്തരികമായ സൂക്ഷ്മാർഥ ധാരണകൊണ്ടും മാത്രമേ സാധ്യമാവൂ. അതിനുവേണ്ടിയുള്ള കവിയുടെ അന്വേഷണം സഫലമാകുമ്പോഴേ കവിത ചൈതന്യഭരിതമാകൂ. വൃത്തമില്ലാതെയെഴുതുന്ന കവിതയായാലും വാക്കിന് ആ ധ്വനിശക്തിയും ഭാവാധാനക്ഷമതയും ഉണ്ടായേ മതിയാവൂ. വൃത്തബദ്ധരചനകളിലൂടെ അത് സ്വാംശീകരിക്കാൻ കൂടുതൽ സാധ്യതയുണ്ട്.

നിരന്തരമായ അനുശീലനത്തിലൂടെ, നിത്യസാധനയിലൂടെ, ഭാഷാചൈതന്യത്തെ സ്വാംശീകരിക്കുകയും പുനഃസൃഷ്ടിക്കുകയും ചെയ്യാൻ കഴിയുന്ന അനുധ്യാനത്തിലൂടെ മാത്രമേ ആ നിലവാരത്തിലുള്ള വാങ്മയസിദ്ധി നേടാൻ കഴിയൂ. കവികൾക്കു മാത്രമല്ല, കവിത ആസ്വദിക്കുന്നവർക്കും ഒരളവോളം ഇത്തരം പരിശീലനം ആവശ്യമാണ്. ഇന്ത്യൻ കാവ്യവിചാരങ്ങൾ നിർദേശിച്ചിട്ടുള്ളത്, കവിയോളം കാവ്യസംസ്കാരം ആസ്വാദകനും ആവശ്യമാണെന്നാണ്. (കവിയോട്) സമാനഹൃദയനാണല്ലോ സഹൃദയൻ.

പുതിയ കാലം നിരാർദ്രവും സങ്കീർണവുമാണ്. അതിന്റെ ഭാരവും ദുരിതവും ഏറെ വഹിക്കുന്നവരാണ് ഇന്നത്തെ കുട്ടികൾ. അണുകുടുംബങ്ങളുടെ കോൺക്രീറ്റ് ചട്ടക്കൂടിനുള്ളിൽ പ്രകൃതിയെയും സമൂഹത്തെയും അറിയാതെ, ജീവിതത്തിന്റെ തനിമകളും സഹജാവബോധങ്ങളും ആവിഷ്കരിക്കാനവസരം കിട്ടാതെ ഞെരുങ്ങുന്നവരാണ് ഇന്നത്തെ കുട്ടികൾ ഏറെയും. ജീവിതത്തിന്റെ സ്വാഭാവികതകളിലേക്കും പ്രകൃതിയുടെ തനിമയിലേക്കും ലോകത്തിന്റെ തുറസിലേക്കുമുള്ള വഴി അവർക്കു മുമ്പിൽ അടഞ്ഞുകിടക്കുന്നു. ഇത്തരമൊരവസ്ഥയിൽ, ജീവിതം എന്ന സമസ്യയെക്കുറിച്ച് പ്രകൃതിയുടെ വിപുലയാഥാർഥ്യത്തെക്കുറിച്ച് വെളിച്ചവും ഉൾക്കാഴ്ചയും നൽകാൻ ഏറ്റവും പ്രയോജനപ്പെടുക കവിതയാകും; കാവ്യാനുശീലനത്തിന്റെ ആഹ്ലാദങ്ങളാകും. *'എന്നെ നീ കണ്ടിട്ടുണ്ടോ?'* എന്ന കവിത നോക്കുക: വർത്തമാനജീവിതത്തിന്റെ കൂട്ടിലിട്ടു വളർത്തുന്ന കുട്ടിയായ മാളുവിന്റെ അനുഭവവും അതിനോടുള്ള കവിയുടെ പ്രതികരണവുമാണത്.

"എന്നും ചോറുകുഴച്ചുണ്ണും നീ
എന്നെക്കണ്ടിട്ടുണ്ടോ?

അണിഞ്ഞൊരുങ്ങിപ്പൂവും ചൂടി
പാടവരമ്പിൽക്കൂടി
പോകും മാളുവിനോടൊരുനാളൊരു
പാവം നെൽച്ചെടി ചോദിച്ചു..."

പൂന്തോട്ടത്തിനു നടുവിൽ ഉടുത്തൊരുങ്ങി ചിരിച്ചുതുള്ളി നിൽക്കുന്ന അവളോട് പനിനീർച്ചെടിയും അതേ ചോദ്യം ചോദിച്ചു.

"മുടിയിൽ പൂവുകൾ ചൂടുന്നവളേ
പനിനീർച്ചെടികളെ അറിയാമോ?"

നെൽച്ചെടിയും പനിനീർച്ചെടിയും മാത്രമല്ല, ജീവനില്ലാത്തവയെന്നു കരുതപ്പെടുന്ന പങ്കയും പീഠവും ഇതേ ചോദ്യം തന്നെ ചോദിച്ചു.

"പതിവായവളെ വീശിയുറക്കും
പങ്കയുമിങ്ങനെ ചോദിച്ചു.
ചാരിയിരുന്നു പഠിക്കും പീഠവു–
മാവർത്തിച്ചിതു ചോദ്യം."

പ്രകൃതിയുടെ സഹജമായ ഇത്തരം അറിവുകളെ സ്പർശിച്ചിട്ട് കവി ഉപസംഹരിക്കുന്നു:

"പൂവിനു പൂന്തോട്ടത്തിനെയറിയാം
കാവിനു തെന്നലിനേയും.
പുഴയ്ക്കു മീനിനെ നന്നായറിയാം
മഴയ്ക്കു മാനത്തേയും.
അറിയാം മാളുവിനവളെമാത്രം
അപമാനകരം ജന്മം."

പ്രകൃതിയുടെ വൈചിത്ര്യത്തിലേക്കും വാത്സല്യത്തിലേക്കും ബാല്യം കൺതുറക്കേണ്ടതിന്റെ അനിവാര്യത എടുത്തുകാട്ടുന്ന ഈ കവിത കവിയുടെ മാത്രമല്ല, പൊതുവിൽ കവിതയുടെയും മാനിഫെസ്റ്റോ ആയിത്തീരുന്നു.

പലപ്പോഴും നമ്മുടെ ഭാഷയിൽ ബാലസാഹിത്യത്തിന് സംഭവിക്കാറുള്ള ഒരു പരിമിതി, സമകാലിക ലോകവുമായി ബന്ധമില്ലാത്ത, അമ്മൂമ്മക്കഥകളുടെയും കവിതകളുടെയും സ്വഭാവമുള്ള രചനകളായി അവ മാറുന്നു എന്നതാണ്. ഡിജിറ്റൽ ലോകത്തിന്റെയും പ്രതീതിയാഥാർഥ്യത്തിന്റെയും അതീത ഭാവനകളിലും സർഗാത്മക സാധ്യതകളിലും വിഹരിക്കുന്നവരാണ് ഇന്നത്തെ കുട്ടികൾ. അവരുടെ ആ സജ്ജീകരണങ്ങളെയും ശേഷികളെയും തിരിച്ചറിയാതെയാണ് പലരും ഇപ്പോഴും വീരന്റെയും ധീരന്റെയും മല്ലന്റെയും മാതേവന്റെയും ഗുണപാഠകഥകളും കവിതകളുമായി ബാലസാഹിത്യം രചിക്കുന്നത്. അതിൽ നിന്ന് ഭിന്നമാണ് ഏഴാച്ചേരിയുടെ വഴി. പഴങ്കഥകളും മറ്റും ചില രചനകളിൽ അടിയാധാരമായി വരുന്നില്ല എന്നു പറയാനാവില്ല. എന്നാൽ പുതിയ കാലത്തെ കുട്ടികൾ ജീവിക്കുന്ന ലോകത്തെക്കുറിച്ചും അവരുടെ അറിവുകളെക്കുറിച്ചും താൽപ്പര്യങ്ങളെക്കുറിച്ചും പഴയകാലത്തിന്റെ പ്രതി

നിധികളോടുള്ള അവരുടെ പ്രതികരണങ്ങളെക്കുറിച്ചും ബോധ്യമുള്ള വയാണ് ഈ കവിതകളിൽ ഏറെയും. *ഒരു നുണക്കഥ*, *ചന്ദ്രനിൽക്കണ്ടോ രപൂർവമൃഗം* തുടങ്ങിയ രചനകളൊക്കെ ഈ വസ്തുതയുടെ കാവ്യാത്മകാഖ്യാനങ്ങളാണ്. കുട്ടികൾ പെരുമാറുന്ന സാഹചര്യങ്ങൾ, കുട്ടികളുടെ പേരുകൾ എന്നിവയൊക്കെ ഇത് വ്യക്തമാക്കുന്നതാണ്.

ആനുകാലിക ലോകത്തിനു നേരെയുള്ള ഒരു കുട്ടിയുടെ പ്രതികരണമാണ് *ആമസോൺ മംഗളൻ* എന്ന രചനയ്ക്ക് ആധാരം. ആമസോൺ കാടുകളിലെ ജീവജാലങ്ങളെക്കുറിച്ച് രേവതിടീച്ചർ കാട്ടുവിശേഷം പഠിപ്പിക്കെ, ക്ലാസുമുറിയുടെ ജനാലയിലൂടെ റോട്ടുവിശേഷങ്ങൾ കാണുകയായിരുന്നു മംഗളൻ എന്ന കുട്ടി. 'ആമസോൺ കാട്ടിലെ കാഴ്ചകളെന്തെല്ലാം?' എന്ന ടീച്ചറുടെ ഓർക്കാപ്പുറത്തെ ചോദ്യത്തിന്;

'കള്ളത്തടിവെട്ടി ലോറിയിൽ കേറ്റുമ്പോൾ
കൈയോടവരെ പിടിച്ചുവല്ലോ'

എന്ന് മംഗളൻ ഉത്തരം പറയുന്നു. ആ ഉത്തരം കേട്ടപ്പോൾ ക്ലാസിലെ കുട്ടികളെല്ലാം ഉച്ചത്തിൽ ചിരിച്ചു. മംഗളന് 'ആമസോൺ മംഗളൻ' എന്ന് വട്ടപ്പേരും വീണു. പക്ഷേ ഒരു കാര്യം ശ്രദ്ധിക്കണം. നമ്മുടെ നാട്ടിലെ ഒരു കാട്ടുകാഴ്ച – പത്രം വായിച്ചോ മറ്റുള്ളവർ പറഞ്ഞറിഞ്ഞതോ ആകാം– ആണ് മംഗളൻ പറഞ്ഞത്. അത് സത്യമാണ്. തന്നെയുമല്ല കാട്ടുകള്ളനെ പിടിച്ചു എന്ന' സമൂഹത്തിന് ഗുണമുള്ള ഒരു കാര്യമാണ് അവൻ പറഞ്ഞതും. വെറും പുസ്തകത്തിനപ്പുറത്തുള്ള ജീവിത യാഥാർഥ്യത്തിലേക്ക് കണ്ണുപായിക്കുന്ന കുട്ടിയാണ് ഇവിടെ മംഗളൻ.

ഗുണപാഠസൂചനകൾ– അത് പ്രത്യക്ഷമോ പരോക്ഷമോ ആകാം– എന്നും ബാലസാഹിത്യത്തിന്റെ ഭാഗമായിരുന്നു. വിനോദത്തിലൂടെ വിബോധനം – അതായിരുന്നു, ബാലസാഹിത്യത്തിന്റെ വഴി. *പഞ്ചതന്ത്രത്തി*ന്റെ കാലം മുതലേ തുടങ്ങിയതാണത്. ഈ കവിതകളിൽ രണ്ടുതരത്തിൽ അത് കാണാനാകും. ഒന്ന്: കുട്ടികൾക്കുള്ള ഗുണപാഠ കവിതകൾ. രണ്ട്: കുട്ടികളുടെ കർമങ്ങൾ മുതിർന്നവർക്ക് ഗുണപാഠമായിത്തീരുന്ന കവിതകൾ. ആദ്യം കുട്ടികളുടെ ചെയ്തികൾ മുതിർന്നവർക്ക് ഗുണപാഠമായിത്തീരുന്ന കവിത നോക്കാം. പുസ്തകത്തിനു പേരിട്ടിരിക്കുന്നതു തന്നെ ഈ ഗണത്തിലെ ഒരു കവിതയെ മുൻനിറുത്തിയാണ്. *മുള്ളും പൂവും പിണങ്ങാതെ*. ഏഴിൽ പഠിക്കുന്ന ശ്രീരഞ്ജിനി എപ്പോഴും മുറ്റത്ത് മുറുക്കിപ്പതച്ചുതുപ്പുന്ന മുത്തശ്ശിയമ്മയുടെ ആ ശീലം മാറ്റുന്നതാണ് കവിതയുടെ ഇതിവൃത്തം.

"തെച്ചിപ്പൂ വാരി വിതച്ചപോലെ
മുറ്റം നിറച്ചും മുറുക്കാൻ പത.
ലതയും ലേഖയും കണ്ടാലോ?
ലതികടീച്ചർ അറിഞ്ഞാലോ?
മാതൃകാ വിദ്യാർഥിക്കുള്ള സമ്മാനം
മറ്റൊരാൾ തട്ടിയെടുത്താലോ?

ഏറെത്തലപുകഞ്ഞാലോചിച്ചു
ഏഴിൽപ്പഠിക്കുന്ന ശ്രീരഞ്ജിനി.
മുത്തശ്ശിയമ്മയ്ക്കു മുഞ്ഞി കറുക്കാതെ
മുള്ളും പൂവും പിണങ്ങാതെ
സംഗതി സാധിപ്പതെങ്ങനെയെന്നവൾ
ചങ്ങാതിമാരുമായ് ചർച്ചചെയ്തു."

ഒടുവിൽ അവർ പോംവഴി കണ്ടെത്തി. എന്തായിരുന്നു ആ പോംവഴി?

"ഫ്രൂട്ടി വാങ്ങിക്കുവാനച്ഛൻ തരും പണം
വീട്ടിൽ കുടുക്കയിൽ കൂട്ടിവെച്ചു.
തെരുവിലെപ്പാത്രക്കടയിൽ നിന്നും
ഒരു പുത്തൻ കോളാമ്പി വാങ്ങിവന്നു.
മുത്തശ്ശിയമ്മയ്ക്കു കാഴ്ചവെച്ചു
ഒട്ടിയ കവിളത്തു പൊൻമുത്തവും.
വിറയാർന്ന വിരലുകൾ പേരക്കിടാങ്ങൾ തൻ
നിറുകയിൽ ചേർത്തൂ മുത്തശ്ശി."

ശ്രീരഞ്ജിനിയുടെ ഈ കാര്യവിവേകവും വിജയവും കവി എങ്ങനെയാണ് വ്യാഖ്യാനിക്കുന്നത് എന്നുകൂടി നോക്കൂ:

"അച്ഛനുമമ്മയും തോൽക്കുമിടങ്ങളിൽ
മക്കൾ ജയിക്കുന്നിതങ്ങോളം.
ബുദ്ധിപെരുത്ത കിടാങ്ങൾ ജീവിത–
ഭിത്തിമേൽ തൂക്കുന്നു ദീപങ്ങൾ."

മുതിർന്ന തലമുറയെക്കാൾ മൂല്യപരമായി മുന്നിൽ നിൽക്കുന്ന ഇളം തലമുറയെയാണ് കവി ഇവിടെ കാട്ടിത്തരുന്നത്.

ഈ കവിതയുടെ നേരെ വിപരീതചിത്രങ്ങളാണ് *കിട്ടേണ്ടതു കിട്ടിയപ്പോൾ*, എന്ന കവിത. എന്തിനും വാശിപിടിക്കുന്ന കുട്ടി, അതെല്ലാം സാധിച്ചു കൊടുക്കുന്ന അച്ഛൻ. പുതിയ അണുകുടുംബത്തിന്റെ പ്രതിനിധികൾ.

"അമ്മയ്ക്കു മുടിയിൽ ചൂടാൻ
പൂവാങ്ങിച്ചു മടങ്ങവേ
കടയിൽ തൂങ്ങിയാടുന്ന
'വട്ടപ്പൂ'വേണമെന്നവൻ.
മൃതദേഹങ്ങളിൽ വയ്ക്കും
പുഷ്പചക്രമതാകയാൽ
വാങ്ങുവാനരുതെന്നച്ഛൻ
ആവും മട്ടു വിലക്കിനാൻ.

അതുകൊണ്ടു ഫലമൊന്നുമുണ്ടായില്ല. കടയ്ക്കു മുന്നിലെ പൂഴിയിൽ കിടന്നവൻ ഉരുണ്ടു. ആരെങ്കിലും മരിച്ചാലേ വട്ടപ്പൂ (റീത്ത്) വാങ്ങി വയ്ക്കാനാവൂ എന്നച്ഛൻ അനുനയിച്ചപ്പോൾ അവൻ പറഞ്ഞത്,

"എങ്കിലച്ഛൻ മരിക്കേണമിപ്പോൾത്തന്നെ" എന്നാണ്. അപ്പോൾത്തന്നെ അമ്മയുടെ കൈപ്പത്തി പടക്കംപൊട്ടുംപോലെ അവന്റെ തുടയിൽ വീണു എന്ന് കവിത അവസാനിക്കുന്നു. അച്ഛൻ ചത്താലും തന്റെ വാശി നടക്കണമെന്നു വിചാരിക്കുന്ന മക്കളുടെ കാലമാണിത്. അത്തരം വാശി തല്ലിയൊതുക്കിയേ മതിയാവൂ എന്നാണ് കവിതയുടെ ധ്വനി. പുഷ്പചക്രം എന്ന് പറയാറുള്ള 'റീത്തി'ന് 'വട്ടപ്പൂ' എന്നൊരു മനോഹര പദയോജനയും ഈ കവിത സംഭാവന ചെയ്തിരിക്കുന്നു. പഴയൊരു നാട്ടുമൊഴിക്കഥയുടെ പുതുരൂപാന്തരത്തിലൂടെ *തുപ്പും കുഞ്ഞമ്പു* എന്ന കവിതയിലും ഇത്തരം 'ഇന്നലെകിടുക്കണം' എന്നു പറയുന്നതരം ചിടുങ്ങന്മാർക്കുള്ള കഷായം തയാറാക്കിയിരിക്കുന്നു.

പുതിയകാലത്തെ കുമാരന്മാരുടെ മോഹങ്ങളും മോഹഭംഗങ്ങളും അൽപ്പം ഐറണി കലർത്തി ആവിഷ്കരിച്ചിരിക്കുന്ന കവിതയാണ് *കണ്ണടച്ചു തുറന്നിടും മുമ്പേ.* രണ്ടുമാസത്തെ വെക്കേഷൻ കാലം, നല്ലപോലൊന്നടിച്ചു പൊളിക്കുന്നതിൻ മുമ്പേ കടന്നുപോയല്ലോ എന്ന ഒരു കുമാരന്റെ വിലാപമാണതിൽ. ആ കാലത്ത് ചെയ്യാനുദ്ദേശിച്ചിരുന്ന പരിപാടികളുടെ സ്വഭാവത്തിലൂടെയാണ് പുതുകൗമാരത്തിന്റെ ചിത്രം കവി വരച്ചിടുന്നത്. മോഹഭംഗത്തിന്റെ മുഹൂർത്തത്തിൽ കുമാരന്റെ ചിന്ത ഇങ്ങനെ:

"എഞ്ചിനീയറും ഡോക്ടറുമാക്കാൻ
ഉന്തിയുന്തിക്കയറ്റുകമൂലം
ഉള്ള സന്തോഷമെല്ലാം പൊലിഞ്ഞൂ
എള്ളിൽ വീണതാമൊച്ചുപോൽ ജന്മം.
പന്തുതട്ടി പറമ്പിൽ കളിക്കാൻ
അമ്പലക്കുളത്തിൽ കുളിക്കാനും
കാതിലൊറ്റക്കടുക്കനിടാൻ, ടൂ
വീലറിൽ പറന്നങ്ങനെ ചുറ്റാൻ
സമ്മതിക്കാത്ത മാതാപിതാക്കളേ
നിങ്ങളോടാണിനി നീണ്ടയുദ്ധം"

ഐറണികലർന്ന നർമത്തിന്റെ ചാരുത തന്നെയാണ് *സോറി*, *വെള്ളരിക്കാപ്പട്ടണം* എന്നീ കവിതകളെയും വ്യത്യസ്തമാക്കുന്നത്. *ആലപ്പുഴയ്ക്കു വിനോദയാത്ര* എന്ന കവിത പ്രാദേശികമായ സ്ഥലനാമവിജ്ഞാനത്തിന് ഒരു യാത്രപ്പാട്ടിന്റെ മുഖം നൽകിയിരിക്കുകയാണ് അതിലെ,

"ഞാനിതിലൊന്നും പങ്കാളിയല്ലെന്നു
ഞാലിപ്പൂവൻകുല കാലിയായി..."

പോലെയുള്ള രസികൻ വരികൾ കവിതാകൗതുകമുള്ള ആരും മറക്കുമെന്നു തോന്നുന്നില്ല.

നമ്മുടെ കാവ്യപാരമ്പര്യത്തെയും ഇതിഹാസപാരമ്പര്യത്തെയും ഒക്കെ തൊട്ടുഴിഞ്ഞു നിൽക്കുന്ന രചനകൾ ഈ സമാഹാരത്തിലുണ്ട്. *രാമാനുജച്ചിന്ത്* എന്ന കവിതയിൽ എഴുത്തച്ഛനു നൽകുന്ന ആദരവും,

*മഹാഭാരത*ത്തിലെ അണിമാണ്ഡവ്യകഥയ്ക്ക് പുതിയ കാലത്തിനുപറ്റിയ പുനരാഖ്യാനമായ ഗാനനാടകവുമൊക്കെ ഈ പാരമ്പര്യബോധത്തിന്റെ ദീപ്തമുഖങ്ങളാണ്.

ഇങ്ങനെ കവിതയുടെ വൈചിത്ര്യമാർന്ന മുഖങ്ങൾ പലതും പ്രകടമാക്കുന്ന ഈ രചനകൾ കുട്ടികളുടെ കാവ്യതാൽപ്പര്യത്തെ ഉണർത്താനും കാവ്യാസ്വാദനത്തിന്റെ രാജപാതയിലേക്ക് അവരെ നയിക്കാനും പര്യാപ്തമാണ്. ഒപ്പംതന്നെ ഗാഢമായ ചില ജീവിതസത്യങ്ങളെ നക്ഷത്രദീപ്തിയോടെ അവതരിപ്പിക്കാനും ഇതിലെ ചില രചനകൾക്കു കഴിയുന്നു. ഇത് പൊട്ടിച്ചിരികളെ സങ്കടച്ചെടിയിലെ പൂമൊട്ടുകളായി കാണുന്ന നിത്യജീവിതസത്യങ്ങളാണ്.

1

രാമാനുജച്ചിന്ത്

വെട്ടത്തുനാട്ടിലെ തൃക്കണ്ടിയൂരിൽ
ഒത്തിരിയാണ്ടുകൾ മുന്നം
ഭാഷാപിതാവാകും രാമാനുജാചാര്യൻ
ശ്രീ ഗുരു തുഞ്ചൻ പിറന്നു.

പിഞ്ചുകിടാങ്ങളെ വിദ്യപഠിപ്പിച്ചും
സ്വന്തം കൃതികൾ രചിച്ചും
തുഞ്ചൻപറമ്പിൽ പുലർന്ന കവീശ്വരൻ
നമ്മൾക്കനുഗ്രഹമായി.

രാമായണാദി വിശിഷ്ടഗ്രന്ഥങ്ങളെ
ഭാഷാന്തരംചെയ്ത ശ്രീമാൻ
പൈങ്കിളിയെക്കൊണ്ടു പാടിച്ച പാട്ടുകൾ
അമ്മയ്ക്കമൃതമായ് മാറി.

അവസാനം ചിറ്റൂരിൽ ഗുരുമഠം സ്ഥാപിച്ചു
കവിരാജൻ പാർത്തു സമാധിയായി.
പുഴശോകനാശിനിയിപ്പൊഴും മൂളുന്ന–
തവിടുത്തെ ഗീതങ്ങളല്ലോ.

മലയാളഭാഷയെ, ജനജീവിതത്തിനെ
മധുരമാംമട്ടിൽ പുതുക്കിയോനെ,
നിൻമുന്നിൽ ഞങ്ങൾ, കരംകൂപ്പി നിൽക്കയാ–
ണൊന്നും തിരിയാക്കിടാങ്ങൾ.

കാകളിയിൽ, കളകാഞ്ചിയിൽ, കേകയിൽ
ഓരോ തരങ്ങളാം ശീലിൽ,
രാമാനുജക്കിളിപ്പാട്ടിൽ, മലയാളം
രോമാഞ്ചപ്പൂക്കൾ വിടർത്തി.

2

ഒരു നുണക്കഥ

ഒരിടത്തൊരിടത്തൊരൊന്നാം ക്ലാസിൽ
ഒരുനല്ലടീച്ചറുണ്ടായിരുന്നു.
ക്ലാസിലൊരിത്തിരി വൈകിയാലും
പാഠം പഠിക്കാൻ മറന്നാകിലും
അടിയും വഴക്കുമില്ലാത്ത ടീച്ചർ
മുടിയും മുഖവുമെന്നമ്മയേപ്പോൽ.

പാട്ടും കഥയും കവിതയുമായ്
കൂട്ടുകൂടാനുള്ള നേരമല്ലോ.
ക്ലാസിലൊന്നാമനാം സീനുക്കുട്ടൻ
കഥപറയുന്നതു കേൾക്കുവാനായ്
ഓരോവരിയിലും ഒത്തുമൂളി
ആരോമലുണ്ണികൾ കൈകൾകോർത്തു.

"അന്നൊരുനാളിലൊരുച്ചനേരം
ഉണ്ണികൾ വെളിയിൽ കളിച്ചുനിൽക്കെ,
കൂറ്റനൊരുപുലി പാഞ്ഞണഞ്ഞു
ടീച്ചറെ വേഗം കടിച്ചെറിഞ്ഞു.
ഏറെയുറക്കെ കരച്ചിൽ കേൾക്കെ,
സാറന്മാർ പേടിച്ചരണ്ടുനിൽക്കെ,
കുട്ടികളോടി വന്നാപ്പുലിയെ
വെട്ടിനുറുക്കിക്കഥകഴിച്ചു.
ടീച്ചറാക്കുഞ്ഞുങ്ങൾക്കാനിമിഷം
ചോക്ലേറ്റും ബിസ്കറ്റും വാരി നൽകി."

കഥകേട്ടു ടീച്ചർ പൊട്ടിച്ചിരിച്ചു
കവിളത്തൊരുമ്മയും സമ്മാനിച്ചു.
"പൊട്ടനുണക്കഥ"യെന്നുടനെ
മറ്റുകുസൃതികൾ കൂകിയാർത്തു.
"സിറ്റിയിൽ വൻപുലിയെങ്ങനെ",യെന്നവർ
ഒറ്റച്ചോദ്യത്തിലുറച്ചു നിന്നു.
ചമ്മൽ സഹിയാഞ്ഞ സീനുക്കുട്ടൻ
വല്ലാതെയേങ്ങിക്കരഞ്ഞുവല്ലോ.
കുട്ടനെ രക്ഷിക്കാൻ സീതടീച്ചർ
ഒട്ടുവേഗം കഥ പൂരിപ്പിച്ചു.

"നട്ടുച്ചനേരത്തിറച്ചി നൽകാൻ
വാച്ചർ വാതിൽ തുറന്നുവച്ചു.
കാഴ്ചബംഗ്ലാവിൽ നിന്നന്നേരം
കൈ തട്ടി വന്നതീ കള്ളപ്പുലി."
ടീച്ചർ വിശദീകരിച്ച നേരം
കൂട്ടുകാരൊക്കെയും നാവടക്കി.
സീനുവിൻ കുഞ്ഞുമുഖത്തു വീണ്ടും
മീനമാസത്തെ വെയിൽ ചിരിച്ചു.

3

കിട്ടേണ്ടതു കിട്ടിയപ്പോൾ

വൈകുന്നേരം നടക്കുമ്പോൾ
വഴിയിൽ കണ്ടതൊക്കെയും
വാങ്ങിച്ചു മകനായ് നൽകി-
ശ്ശീലിപ്പിച്ചു പിതാവൊരാൾ.

അമ്മയ്ക്കു മുടിയിൽ ചൂടാൻ
പൂവാങ്ങിച്ചു മടങ്ങവേ
കടയിൽ തൂങ്ങിയാടുന്ന
'വട്ടപ്പൂ' വേണമെന്നവൻ.

മൃതദേഹങ്ങളിൽ വെക്കും
പുഷ്പചക്രമതാകയാൽ
വാങ്ങുവാനരുതെന്നച്ഛൻ
ആവുംമട്ടു വിലക്കിനാൻ.

പോക്കറ്റിൽ തുകപോരാഞ്ഞി-
ട്ടാകുമീ നുണയെങ്കിലോ
'എടുത്തോകൊള്ളുകെ';ന്നുണ്ണി-
പ്പേഴ്സു നീട്ടുന്നു കൺമണി.

കടയ്ക്കു മുന്നിലെപ്പൂഴി-
മണ്ണിൽ വീണുരുളും മകൻ
വല്ലാത്തോൻ വാശിക്കാര-
നെന്നുതാൻ ജനമത്രയും.

തുടയ്ക്കു രണ്ടു പൊട്ടിക്കാ-
നമ്മക്കൈകൾ തരിക്കവേ,
മകന്റെ ചെവിയിൽത്താത-
നൊത്തുതീർപ്പിനുപാഴ്ശ്രമം.
"പുഷ്പചക്രം സമർപ്പിക്കാൻ
വേണ്ടയോ ശവമെന്നുണ്ണീ
ആരാൻ നാളെ മരിച്ചെന്നാ-
ലപ്പോൾ വന്നിതുവാങ്ങിടാം."

"എങ്കിലച്ഛൻ മരിക്കേണ-
മിപ്പോൾത്താനെ"ന്നുപൊന്മകൻ.
"അപ്പോൾ നിന്നെ വളർത്തുന്ന-
താരെ"ന്നു മറുചോദ്യവും.

അമ്മതന്നച്ഛൻ, വീട്ടിൽ,
സുഖനിദ്രയിലെപ്പൊഴും
വട്ടപ്പൂ നെഞ്ചിൽ വെച്ചെന്നാ-
ലപ്പൂപ്പനറിയില്ലൊട്ടും.

മിണ്ടിത്തീരുന്നതിൻമുന്നം
പടക്കം പൊട്ടിടും മട്ടിൽ
അപ്പുവിൻ തുടയിൽ വീണി-
തമ്മക്കൈപ്പത്തി കൃത്യമായ്.

4

ആമസോൺ മംഗളൻ

ആനയെത്തിന്നും എറുമ്പുകളു-
ണ്ടാമസോൺകാട്ടിലെ മാളങ്ങളിൽ
ആളെച്ചവച്ചു തിന്നുന്ന മനുഷ്യരും
ആടോളമുള്ളോരുടുമ്പുകളും
രാക്ഷസപ്പല്ലികൾ, ആനച്ചിലന്തികൾ
രാത്രിയിൽ കത്തുന്ന മുൾച്ചെടികൾ
ആൾക്കുരങ്ങന്മാരും പ്രാപ്പിടിയന്മാരും
ആഴക്കയങ്ങളിൽ ചീങ്കണ്ണിയും
കാട്ടുപോത്തിന്റെ കഴുത്തിൽ വരിഞ്ഞൊറ്റ-
മാത്രയിൽ കൊല്ലും മലമ്പാമ്പുകൾ.

രേവതിടീച്ചർ വനത്തിലെക്കാഴ്ചക-
ളോരോന്നിതേമട്ടിൽ വിസ്തരിക്കെ,
അൻപതിലേറെക്കിളുന്നുകരളുക-
ളങ്ങനെ കൂട്ടത്തിൽ സഞ്ചരിക്കെ,
കാട്ടുവിശേഷം പൊടിപൊടിക്കെ, ദൂരെ
റോട്ടിലെ കാഴ്ചകൾ നോക്കിനോക്കി
ഏറെ രസമാർന്നിരിക്കുന്നു മംഗളൻ
ഏറ്റവും പിന്നിൽ ജനലരികിൽ.

പട്ടിവേട്ടക്കാരൊരഞ്ചെട്ടു പട്ടിയെ
കെട്ടിവലിച്ചതാ കൊണ്ടുപോണു.
ആനയും പാപ്പാനുമപ്പുറം, കാവിലേ-
യ്ക്കാകണ,മിന്നു ഭരണിയല്ലോ.

ഭിത്തിയിലെ ചലച്ചിത്രപരസ്യത്തിൽ
കത്തിയുമായ് നിൽക്കും പൃഥ്വിരാജും
ചന്തയിലേക്കതാ ചട്ടിയും കലവുമായ്
കുമ്പാരപ്പെണ്ണുങ്ങൾ കൂട്ടമായി
'മൺകല'മെന്നീണമാർന്നവിളിയതിൽ
മംഗളൻ തീരെ ലയിച്ചിരിക്കെ,

ആമസോൺ കാട്ടിലെ കാഴ്ചകളെന്തെല്ലാം
രേവതിടീച്ചർ ചോദിക്കെ,
ചട്ടിയും കലവും വെടിഞ്ഞുടൻ മംഗളൻ
ഞെട്ടിപ്പിടഞ്ഞെഴുന്നേറ്റു.
"കള്ളത്തടിവെട്ടി ലോറിയിൽ കേറ്റുമ്പോൾ
കൈയോടവരെ പിടിച്ചുവല്ലോ."
ഉത്തരം കേട്ടപ്പോൾ കുട്ടികളേക്കാളു-
മുച്ചത്തിൽ ടീച്ചർ ചിരിച്ചുപോയി.
ആമസോൺ മംഗളനെന്നപേരന്നുതൊ-
ട്ടാജീവനാന്തം പതിച്ചുകിട്ടി.

5

വെള്ളരിക്കാപ്പട്ടണം

വെളുവെളുക്കെ ചിരിക്കുന്നോർ
വേലചെയ്യാതിരിക്കുന്നോർ
വെള്ളരിക്കാപ്പട്ടണത്തിൽ താമസിക്കുന്നോർ.

വെള്ളരിപ്പാത്രത്തിലല്ലോ
വെളുപ്പാൻകാലത്തു ചായ
ഉച്ചയൂണിനു പച്ചവെള്ളരിയിലപ്പിഞ്ഞാണം.

അന്തിനേരം നഗരവാസിക-
ളമ്പലത്തിലെ വിഗ്രഹത്തിൽ
പിഞ്ചുവെള്ളരി കോർത്തുകെട്ടിയ മാലചാർത്തുന്നു.

വെള്ളരിക്കാത്തടുക്കിന്മേൽ
വെളുക്കോളമുറങ്ങുന്നവർ
വെള്ളരിക്കുളമില്ലയെങ്കിൽ കുളിക്കാറില്ല.

വെള്ളരിപ്പാടത്തു രാവിൽ
കുറുനരിക്കൂട്ടം കടന്നു
പൊട്ടുവെള്ളരിയാകമാനം കട്ടുതിന്നെന്നും.

രാത്രി സ്വപ്നങ്ങളിൽപ്പോലും
പലതരം വെള്ളരികളല്ലോ
പാട്ടിലും നൃത്തത്തിലും ചില മധുരവെള്ളരികൾ.

വെള്ളരിക്കാ മുദ്രയില്ലാ-
തില്ലൊരേയൊരു വസ്തുപോലും
വെള്ളരിക്കാപ്പട്ടണത്തിനു ധന്യവാദങ്ങൾ.

6

ജീവിതപ്പാട്ടിന്നിമ്പങ്ങൾ

സഞ്ചരിക്കുന്ന പൊട്ടിച്ചിരികൾ
സങ്കടച്ചെടിയിലെ പൂമൊട്ടുകൾ
പുഞ്ചിരിത്തിരിയിട്ടു പൂമുഖത്തിണ്ണയിൽ
നന്മകൊളുത്തുന്ന ദീപങ്ങൾ; അവ-
രല്ലോ തളിരിളം പൈതങ്ങൾ.

നൊമ്പരം മാറ്റുവാനമ്മയ്ക്കടുക്കള-
ത്തിണ്ണയിൽ തിരിയുന്ന പമ്പരങ്ങൾ;
അമ്പിളിപ്പൂച്ചയ്ക്കു മണികെട്ടാനച്ഛന്റെ
മടിയിൽ കൊഞ്ചുന്ന മധുരങ്ങൾ; അവ-
രല്ലോ വീടിനു ചന്തങ്ങൾ.

പേരമരച്ചോട്ടിൽ പൂവാലനണ്ണാന്റെ
പേരുചോദിക്കുമൊരിമ്പങ്ങൾ;
നാരകത്തുമ്പത്തെ നാവില്ലാത്തുമ്പിതൻ
നാളുതിരക്കും കളിമ്പങ്ങൾ; അവർ
ജീവിതപ്പാട്ടിന്നിമ്പങ്ങൾ.

വട്ടത്തിൽ വട്ടത്തിലങ്ങനെയങ്ങനെ
ചുറ്റും നിരക്കുവിനുണ്ണികളെ,
'അക്കുത്തിക്കുത്താനവരും' കളി-
ക്കന്നക്കുടങ്ങളേ മുന്നോട്ട്
തെയ്യത്തരികിടത്താളമേളം
അയ്യത്തിരിക്കുമൊരമ്മൂമ്മേ.

7

ചന്ദ്രനിൽക്കണ്ടൊരപൂർവമൃഗം

വട്ടത്തിൽ വട്ടത്തിൽ തൊട്ടുതൊട്ടങ്ങനെ
തങ്ങളിൽത്തങ്ങളിൽ ചങ്ങലക്കണ്ണിയായ്
ഇല്ലപ്പറമ്പിന്റെ തെക്കേമൂലയിൽ
പന്ത്രണ്ടു കുട്ടികളൊത്തൊരുമിച്ചു
മീനവെയിലിന്റെ വീട്ടിൽ–ഒരു
പൂവരശിന്റെ ചുവട്ടിൽ.

അപ്പുവും രാധയും നിമ്മിയും ടോമിയും
അബ്ദുള്ളയും ജുമൈലത്തും
മൂക്കത്തുമറുകുള്ള മാത്തുണ്ണിയും പല്ലു
തേക്കാൻ മറക്കുന്ന മൈമുനയും
വള്ളിക്കളസമിടയ്ക്കിടയ്ക്കൂർന്നുപോം
വയറൻ ചന്തുവും വാസന്തിയും
മന്തൻ മനാഫും ധനഞ്ജയനും ചേർന്നു
ചന്തം തികഞ്ഞൊരു ബാലസംഘം.

എന്തുനാമിപ്പോൾ കളിക്കേണം?–അവർ
തങ്ങളിൽത്തങ്ങളിൽ ചർച്ച.
കഞ്ഞിയും കറിയും പഴഞ്ചനല്ലേ?
കള്ളനും പോലീസുമായാലോ?
'അക്കുത്തിക്കുത്താനവരും' കളി
ഒട്ടും വിയർക്കുന്നതല്ലല്ലോ.
'കുടുകുടു'വായാലുടുപ്പുകീറും
അടികൊണ്ടുചാകാൻ നമ്മളില്ല.

കണ്ണുപൊത്തിക്കളിയായയാലോ?
പെണ്ണുങ്ങൾക്കാണതു മാത്തുണ്ണി.

യന്ത്രമനുഷ്യരാം രാക്ഷസന്മാർ
ചന്ദ്രനിൽ ചെല്ലുന്നതായയാലോ?
അടിപൊളിയെന്നവർ നിശ്ചയിച്ചു
അതിനായൊരുക്കങ്ങളാരംഭിച്ചു.

പുലികളിക്കോലം കണക്കേ മുഞ്ഞിയിൽ
പുള്ളിയും പാണ്ടും വരച്ചു.
വാഴക്കച്ചിയാൽ ദേഹം മറച്ചൂ
വള്ളിപ്പയർക്കൊണ്ടു വാലുവെച്ചു.
കണ്ണഞ്ചിരട്ട മുതുകിൽ വെച്ചു
കപ്പ കണ്ടിച്ചു കോമ്പല്ലു വെച്ചു.

തീപ്പെട്ടിമാലയണിഞ്ഞൂ; മൂക്കിന്മേൽ
തീക്കടലാസും പതിച്ചുവെച്ചു
ചാക്കുചരടിന്മേൽ കോർത്തിരുകാതിലും
ടോർച്ചിന്റെ ബാറ്ററി കെട്ടിവച്ചു.
യന്ത്രമനുഷ്യരാം പന്ത്രണ്ടു രാക്ഷസർ
ചന്ദ്രനിലേക്കു കുതിച്ചു.

ഇല്ലപ്പറമ്പിന്റെ തെക്കേമൂലയിൽ
ഇലഞ്ഞിമരത്തിന്റെ ചോട്ടിൽ
അന്തർജ്ജനങ്ങൾ കുളിക്കും കുളമാണ്
ചന്ദ്രഗോളം എന്നും നിശ്ചയിച്ചു.

മീനച്ചൂടു പൊറുക്കാഞ്ഞാകാം
കാവിൽ നിന്നു മടങ്ങുമ്പം
ചെണ്ട കരയ്ക്കൊരിടത്തുവെച്ചു
ശങ്കുണ്ണിമാരാർ കുളത്തിലെത്തി.
മുങ്ങിപ്പൊങ്ങുമ്പോൾ നാലുപാടുംനിന്നു
വല്ലാത്തലർച്ചകളോടെ,
യന്ത്രമനുഷ്യരാം പന്ത്രണ്ടുരാക്ഷസർ
വന്നുവീഴുന്നൂ കുളത്തിൽ.
ഞെട്ടിവിറച്ചൂ പാവ,മിതെന്തൊരു
ദുഷ്ടവികൃതികൾ, മാരണങ്ങൾ.
'ചന്ദ്രനിൽക്കണ്ടോരപൂർവമൃഗ'മെന്നു
പന്ത്രണ്ടുപേരും വിധിച്ചുകൊണ്ടേ

വെട്ടുക്കിളിപോലെ വെള്ളത്തിലിട്ടവർ
കൊത്തിപ്പറിക്കുന്നു മാരാരെ.
കഥയറിയാതങ്ങോർ കാവിൽ പവോതിയെ
കയ്യുകൾ കൂപ്പി വിളിക്കുമ്പോൾ,
"അപ്പൂപ്പാ ഞങ്ങൾ കളിയ്ക്കുകയാ'ണെന്നൊ–
രിത്തിരിപ്പോന്ന പുഴുപ്പല്ലി.
ഉന്തിയും മാന്തിയും ഇക്കിളിയാക്കിയും
യന്ത്രമനുഷ്യർ രസിക്കുമ്പോൾ
കരയിൽച്ചെണ്ടയിൽ താളം മുറുക്കുന്നു
കുരുകുരുത്തംകെട്ട മാത്തുണ്ണി.

യന്ത്രമനുഷ്യർക്കിടയിൽ പരുങ്ങുന്ന
കള്ളനെ മാരാർ തിരിച്ചറിഞ്ഞു.
തന്റെ പേരക്കിടാവാകും ധനഞ്ജയൻ
മുങ്ങാംകുഴിയിട്ടൊളിക്കുന്നു.
ചന്ദ്രനിൽ പോയവരെല്ലാവർക്കും
അന്നുവൈകുന്നേരം വീടുകളിൽ
ചുമ്മാതെ ചൂരൽക്കഷായം കിടച്ചതായ്
ശങ്കുണ്ണിമാരാർ പറഞ്ഞറിഞ്ഞു.

8

പത്മനാഭന്റെ നാലു പെൺമക്കൾ

പത്മനാഭന്റെ നാലു പെൺമക്കളിൽ
കൃഷ്ണവേണിയാണേറ്റവും സുന്ദരി.
എപ്പൊഴും നിലക്കണ്ണാടിതൻ മുന്നിൽ
പൊട്ടുകുത്തലും വാർമുടികോതലും.
വൃത്തിയേറുവോളെന്നതുകാരണം
മുത്തശ്ശിക്കും പ്രിയപ്പെട്ട പെണ്ണിവൾ

മറ്റുമൂന്നുപേർ ശ്യാമയും ഹേമയും
നെറ്റിയിൽ മറുകുള്ളവൾ സീമയും.
കൃഷ്ണവേണി പറയുന്നതൊക്കെയും
കൃത്യമായ്ത്താൻ നടക്കുമാവീട്ടിൽ.

ഇപ്രകാരമിരിക്കെപ്പരീക്ഷവ-
ന്നെത്തി പിന്നെയില്ലൊന്നിനും നേരം
കൊച്ചിലേതന്നെ കണ്ണടവച്ചവൾ
അൽപമൊന്നു കറുത്തവൾ ശ്യാമ
ഒമ്പതിൽ പഠിക്കുന്നുപോൽ, പത്തിലാ-
ണെന്തിനും പിണങ്ങുന്നവൾ ഹേമ.
പുസ്തകപ്പുഴു സീമ പ്ലസ്‌വണ്ണിലും
സ്വപ്നസുന്ദരി പന്ത്രണ്ടാം ക്ലാസിലും.

കൃഷ്ണവേണിക്കുമാത്രമൊരു മുറി
മറ്റൊരാൾക്കും പ്രവേശനമില്ലതിൽ.
നിത്യവും വാർത്തകാണാൻ മകൾക്കൊരു

കൊച്ചു ടിവിയുണ്ടാമുറിക്കുള്ളിൽ.
ഉത്സവങ്ങളൊഴിവാക്കി മക്കൾ
മത്സരിച്ചുതാൻ പാഠം പഠിച്ചു.
കൊല്ലവർഷപരീക്ഷ കഴിഞ്ഞു
ഉല്ലസിക്കുവാനൂഴമണഞ്ഞു.

കണ്ണടച്ചു തുറക്കുമ്പൊഴേക്കും
വന്നു വാതിലിൽ മുട്ടീ ഫലങ്ങൾ.
കൃഷ്ണവേണി സമൃദ്ധമായ്ത്തോറ്റു
മറ്റുമൂന്നുപേർ നന്നായ് ജയിച്ചു.

"അപ്പോഴേ ഞാൻ കരുതിയതാണിവൾ
തൊപ്പിയിട്ടേക്കു"മെന്നു മുത്തശ്ശി.
വൃത്തിയുണ്ടായാൽ പോരല്ലോ മണ്ടയിൽ
ബുദ്ധിയും കൂടി ദൈവം തരേണ്ടയോ?
എത്രയും വേഗം കെട്ടിച്ചയയ്ക്കുക
വിസ്തരിച്ചു കയർത്തു മുത്തശ്ശി.
കൂറുമാറ്റമറിയിച്ചനന്തരം
രാമ രാമ ജപിച്ചു നടന്നു
വൃത്തിതീരെ കുറഞ്ഞവർ മൂന്നുപേർ
കൊച്ചുമക്കൾ പിറകെ നടന്നു.

9

ആലപ്പുഴയ്ക്കു വിനോദയാത്ര

ആഗസ്റ്റുമാസത്തിൽ ആലീസുബസ്സിൽ
ആലപ്പുഴയ്ക്കു വിനോദയാത്ര.
അവുസേപ്പച്ചനും അന്നമ്മടീച്ചറും
അർജുനൻമാസ്റ്ററും അന്തപ്പനും
ആടിയും പാടിയും ബോറടിമാറ്റാൻ
അൻപതുകുട്ടികളാലോലം.
വേലംകുളംപള്ളി പള്ളിക്കൂടത്തിലെ
പാവങ്ങൾ കുട്ടികളാണല്ലോ.

ഒത്തനടുക്കൊരു ഞാലിപ്പൂവൻ കുല
ഉത്തമ ശേണായി തൂക്കുന്നു.
ആടിത്തളരുമ്പോളോരോന്നു തിന്നാം
ചോദിക്കാൻ നിൽക്കണ്ട പിള്ളേരേ.
പ്ലാസ്റ്റിക്കു ബക്കറ്റിലുണ്ണിയപ്പം
ഭാസ്കരൻ മൂസതു കൊണ്ടുവന്നു.
വളരെക്കാലത്തേ വാസന്തിടീച്ചർ
വടയും വൽസനുമായെത്തി.

തോട്ടപ്പള്ളിയിലെത്തിയപ്പോൾ
റോഡരികിൽ വണ്ടിനിന്നു.
കൊച്ചുത്രേസ്യാടീച്ചർ കൊണ്ടുവന്ന
കപ്പയും മത്തിയും ചൂടോടെ,
വാഴയിലയിൽ വിളമ്പുന്ന കുട്ടന്റെ
വായിലോടിക്കാം മുഹമ്മബോട്ട്.

തിന്നും കുടിച്ചുമിരുന്നാൽ പോരല്ലോ
ശങ്കരനങ്കിൾ പിണങ്ങുന്നു.
കത്തിച്ച സിഗരറ്റു കുത്തിക്കെടുത്തി
കണ്ണനും വേണുവും കേറുന്നു.

അർത്തുങ്കൽ പള്ളിയും മുട്ടത്തങ്ങാടിയും
ചേർത്തലക്കോവിലും പിന്നിട്ടു.
പുന്നമടക്കായൽ കണ്ടനേരം
അന്നക്കുട്ടിക്കൊരയ്യയ്യാ.
ആലപ്പുഴക്കടൽപ്പാലവും ജട്ടിയും
കരുമാടിക്കുട്ടനും കണ്ടല്ലോ.
തണ്ണീർമുക്കത്തെ ബണ്ടിലൂടെ
താണു പറക്കുന്നു ചെമ്പരുന്ത്.
വയലാർ സ്മാരകം വേണ്ടപോൽ കണ്ടില്ല
വനജയ്ക്കും ജലജയ്ക്കും വല്ലായ്മ.

പല്ലന സ്മാരകം തൊട്ടുവന്ദിച്ചു
മുല്ലയ്ക്കലൊന്നു വലത്തുവെച്ചു.
അമ്പലപ്പുഴ നമ്പ്യാർ സ്മാരകം
അങ്ങനെയങ്ങനെ മുന്നോട്ട്.
വലിയ ചുടുകാട്ടിൽ വണ്ടിനിറുത്തണം
മീശവക്കച്ചനൊരാവേശം.
നേരം പോയെന്നു ഫാദറിമ്മാനുവേൽ
നേരെ വണ്ടി പടിഞ്ഞാട്ട്.

ഒത്തിരിയൊത്തിരി കാഴ്ചകൾ പിന്നെയും
നൃത്തവും പാട്ടും നിറുത്താതെ.
ഞാനിതിലൊന്നിലും പങ്കാളിയല്ലെന്നു
ഞാലിപ്പൂവൻകുല കാലിയായി.
അടുത്തകൊല്ലം മലമ്പുഴയ്ക്ക്
അവുസേപ്പച്ചന്റെ അറിയിപ്പ്.

10

സോറി

സോറിയെന്നുള്ള വാക്കില്ലായിരുന്നെങ്കിൽ
ലോകമിന്നെന്താകുമായിരുന്നു?

കാലുകണ്ടിച്ചാലും വേലികത്തിച്ചാലും
ആളുമാറിച്ചെന്നു തല്ലിയാലും
വഴിയേപോകുമ്പോൾ വണ്ടിമുട്ടിച്ചാലും
ചെളിതെറിപ്പിച്ചാലും സോറി.

പുണ്ണുള്ള പാദത്തിൽ ഷൂസിട്ടകാലിനാൽ
പൊണ്ണൻ ചവിട്ടിയാൽ സോറി.
കീശയിൽ കയ്യിട്ടു കാശെടുക്കുന്നതു
കണ്ടുപിടിച്ചാലും സോറി.

ഔഷധം മാറി ചികിൽസിച്ചു രോഗിയെ
കൊന്നാൽ വെരിവെരി സോറി.
കൗശലക്കാരന്റെ നാവിന്റെ തുമ്പിലെ
കള്ളപ്പണമാണു സോറി.

നേരത്തു ക്ലാസിൽ വരാതിരുന്നാലും
മേടിച്ചരൂപാ തരാതിരുന്നാലും
വൃത്തിയില്ലാത്തവൻ മുറ്റം മുഴുക്കനെ
തുപ്പിനിറച്ചാലും സോറി.

ടിക്കറ്റെടുക്കാത്ത കേമനെ വണ്ടിയിൽ
റൊക്കം പിടികൂടിയാലും
നേരം കടന്നാലും നേരുമറച്ചാലും
വേഗം തുണയ്ക്കുവാൻ സോറി.

11

തീപ്പെട്ടികൊണ്ടൊരുതീവണ്ടി

തീപ്പെട്ടികൊണ്ടൊരു തീവണ്ടിയുണ്ടാക്കി
മാത്തുണ്ണി മക്കൾക്കുനൽകി.
ചേർത്തലസ്റ്റേഷൻ കടന്നതു പായുന്നു
ഈർക്കിലിപ്പാളത്തിലൂടെ.
കുട്ടിക്കളികൾക്കു സാക്ഷിയാകാനയാ-
ളിത്തിരി ദൂരത്തിരുന്നു.

രമയും സണ്ണിയും ജോണിയുമങ്ങേലെ
സുമയും ജമീലയും ഷാനവാസും
അഭിലാഷും സന്തോഷും സിൽവിയാ മേരിയും
അനിലും ജമാലും സെബുന്നീസയും
ഒരുപാടു കുട്ടികൾ വെക്കേഷനാകയാൽ
ഒരുമിച്ചു മക്കളോടൊപ്പം.

"ചായ, പഴംപൊരി, സംഭാര"മെന്നൊരാൾ
വായ തുറന്നലറുന്നു.
തെരുതെരെക്കക്കൂസിൽ പോകുന്ന വൃദ്ധനായ്
അഭിനയിക്കുന്നതു ബൈജു.
ടിക്കറ്റെടുക്കാതെ കേറിയ സണ്ണിയെ
മർദിച്ചൊതുക്കും തിരക്കിൽ
നിക്കറഴിഞ്ഞൊരു 'ടി ടി ആർ ജോണിസ്സാർ'
കുത്തിയിരുന്നൂ തറയിൽ.
ചൂളംവിളിക്കും ചുമതലയേറ്റയാൾ
നാണം മറച്ചു ചിരിച്ചു.

ചായയ്ക്കകത്തു മയക്കുപൊടിയിട്ടു
മാലകവർന്നു ജമീല.
കള്ളിയെ രൊക്കം പിടിക്കുവാനായ് സുമ
ചങ്ങല വേഗം വലിച്ചു.
എന്നിട്ടും വണ്ടി നിറുത്താത്ത ഡ്രൈവറെ
എല്ലാവരും ചേർന്നിടിച്ചു.
അടികൊണ്ട സങ്കടം കൊണ്ടയാൾ തീവണ്ടി
കായലിലേക്കു മറിച്ചു.
പാലം തകർക്കുവാൻ ബോംബുമായ്പ്പോയവർ
കായലിൽ വീണു മരിച്ചു.
തീപ്പെട്ടിത്തീവണ്ടി വാരിയെടുത്തുംകൊ-
ണ്ടാർക്കും കിടാങ്ങൾക്കുമുന്നിൽ
മാത്തുണ്ണിതൻ മനം ബാല്യത്തിലേക്കുള്ള
മറ്റൊരു തീവണ്ടിയായി.
എത്രവേഗത്തിലരുതായ്മകൾ പിഞ്ചു-
മക്കളിൽപ്പൂക്കളാകുന്നു.

12

കരുണാമയനാം കമലൻ

പുഴയിൽക്കുളിക്കുവാനുച്ചനേരം
ലതയും സരിതയും ചെന്നു.
അനുജൻ സനോജുടൻപിന്നാലെ
അലമുറയിട്ടു പാഞ്ഞെത്തി.

വെള്ളം മേലോട്ടുതുപ്പിയും മാരിവിൽ
വർണ്ണക്കുമിളകൾ തീർത്തും,
ആർത്തുപുളയ്ക്കും സനോജിനെ ചേച്ചിമാർ
തീർത്തും പരിഗണിച്ചില്ല.

പുതിയ വിദ്യാലയവർത്തമാനം
പൊടിപൊടിക്കുന്ന രസത്തിൽ,
അനുജനൊഴുക്കിൽവീണകലേക്കുപോയതു
ലതയും സരിതയും കണ്ടില്ല

ഞെട്ടിത്തിരിഞ്ഞു നോക്കുമ്പോൾ
ഒത്തിരിദൂരെക്കയത്തിൽ
ഓളപ്പരപ്പിനുമേലൊരുകുഞ്ഞിക്കൈ
താണുവിളിപ്പതുകണ്ടു.

കഷ്ടിച്ചുനീന്തലറിയുമിരുപേരും
പെട്ടെന്നങ്ങോട്ടുകുതിച്ചു.
താണുപോകുന്നോരനുജനെപ്പൊക്കുവാൻ
ത്രാണിയുണ്ടായില്ലതെല്ലും.

കരയിൽ ചെത്തുതെങ്ങിന്മേലിരിക്കവെ
കമലനീക്കാഴ്ചകൾ കണ്ടു.
ഒറ്റക്കുതിപ്പിനഗാധതയിൽച്ചെന്നു
കുട്ടനെപ്പൊക്കിയെടുത്തു.

മുടിയിൽപ്പിടിച്ചുവലിച്ചൊരുമട്ടയാൾ
കരയിലണച്ചുപെൺകുട്ടികളെ.
കമലന്റെ കാലിന്മേലാഴത്തിലുള്ളൊരു
മുറിവുപിണഞ്ഞിതെന്നാലും
മൂവരെ രക്ഷിച്ച ചാരിതാർത്ഥ്യത്തിന്റെ
താരകം കണ്ണിൽത്തിളങ്ങി.

13

എന്നെ നീ കണ്ടിട്ടുണ്ടോ

"**എ**ന്നും ചോറുകുഴച്ചുണ്ണും നീ
എന്നെക്കണ്ടിട്ടുണ്ടോ?"
അണിഞ്ഞൊരുങ്ങിപ്പൂവും ചൂടി
പാടവരമ്പിൽക്കൂടി
പോകും മാളുവിനോടൊരുനാളൊരു
പാവം നെൽച്ചെടി ചോദിച്ചു.

"മുടിയിൽ പൂവുകൾ ചൂടുന്നവളേ
പനിനീർച്ചെടികളെയറിയാമോ?"
ഉടുത്തൊരുങ്ങിച്ചിരിച്ചുതുള്ളി–
പൂന്തോട്ടത്തിനു നടുവിൽ
വിലസും മാളുവിനോടൊരുനാളൊരു
പനീർപ്പൂച്ചെടി ചോദിച്ചു.

പതിവായിവളെ വീശിയുറക്കും
പങ്കയുമിങ്ങനെ ചോദിച്ചു.
ചാരിയിരുന്നു പഠിക്കും പീഠവു–
മാവർത്തിച്ചിതു ചോദ്യം.

പൂവിനു പൂന്തോട്ടത്തിനെയറിയാം
കാവിനു തെന്നലിനേയും.
പുഴയ്ക്കു മീനിനെ നന്നായറിയാം
മഴയ്ക്കു മാനത്തേയും.
അറിയാം മാളുവിനവളെ മാത്രം
അപമാനകരം ജന്മം.

14

മുള്ളും പൂവും പിണങ്ങാതെ

മുറ്റത്തു തുപ്പരുതെന്നുചൊന്നാൽ
മുത്തശ്ശിയമ്മപിണങ്ങിയാലോ?
മൂവന്തി കൂടുമ്പം, കാവിൽ പോകുമ്പം
കൂടെക്കൂട്ടാതിരുന്നാലോ?

അച്ഛനടിക്കാനടുക്കുമ്പൊഴും
അമ്മ ചെവിക്കു പിടിക്കുമ്പൊഴും
അവരെത്തടയുവാനോടിവരാറുള്ള
പ്രിയമുള്ള മുത്തശ്ശിയല്ലേ?

തെച്ചിപ്പൂ വാരി വിതച്ചപോലെ
മുറ്റം നിറച്ചും മുറുക്കാൻപത.
ലതയും ലേഖയും കണ്ടാലോ?
ലതികടീച്ചർ അറിഞ്ഞാലോ?
മാതൃകാ വിദ്യാർത്ഥിക്കുള്ള സമ്മാനം
മറ്റൊരാൾ തട്ടിയെടുത്താലോ?
ഏറെത്തലപുകഞ്ഞാലോചിച്ചു
ഏഴിൽപ്പഠിക്കുന്ന ശ്രീരഞ്ജിനി.

മുത്തശ്ശിയമ്മയ്ക്കു മുഞ്ഞി കറുക്കാതെ,
മുള്ളും പൂവും പിണങ്ങാതെ,
സംഗതി സാധിപ്പതെങ്ങനെയെന്നവൾ
ചങ്ങാതിമാരുമായ് ചർച്ചചെയ്തു.

ഒരുമിച്ചാറുതലച്ചോറുകൾ
ഒടുവിൽ പോംവഴി കണ്ടെത്തി.

ഫ്രൂട്ടി വാങ്ങിക്കുവാനച്ഛൻ തരും പണം
വീട്ടിൽ കുടുക്കയിൽ കൂട്ടിവെച്ചു.
അനുജൻ മനോജനും പങ്കുചേർന്നു
ഇരുചെവിചോർന്നീലിക്കാര്യം.
തെരുവിലെപ്പാത്രക്കടയിൽ നിന്നും
ഒരു പുത്തൻ കോളാമ്പി വാങ്ങിവന്നു.
മുത്തശ്ശിയമ്മയ്ക്കു കാഴ്ചവെച്ചു
ഒട്ടിയകവിളത്തുപൊൻമുത്തവും.
വിറയാർന്ന വിരലുകൾ പേരക്കിടാങ്ങൾ തൻ
നിറുകയിൽ ചേർത്തു മുത്തശ്ശി.

അച്ഛനുമമ്മയും തോൽക്കുമിടങ്ങളിൽ
മക്കൾ ജയിക്കുന്നിതങ്ങോളം.
ബുദ്ധിപെരുത്ത കിടാങ്ങൾ ജീവിത–
ഭിത്തിമേൽ തൂക്കുന്നു ദീപങ്ങൾ.

15

പക്ഷിശാസ്ത്രക്കാരനാം മുരുകൻ

പക്ഷിശാസ്ത്രക്കാരനാം മുരുകൻ
പല്ലാവൂർക്കാരനാം വേൽമുരുകൻ
തത്തയും കൂടുമായ് ചിറ്റൂരിനപ്പുറം
രുധിരകാളീപുരം കാവിലെപ്പൂരത്തി-
നൊരുമീനമാസത്തിൽച്ചെന്നു.

മക്കൾ ശുഭയും ധനുഷ്ക്കോടിയും തന്റെ
കെട്ടിയവൾ കൃഷ്ണവേണിയുമായ് വന്നൊ-
രെട്ടുദിവസമായാൽത്തറമേൽപ്പാർത്തു
കൊത്തിപ്പെറുക്കുകയാണവർ ജീവിതം
എത്രയോ കാലമായുള്ള ശീലം.

ആറാട്ടുവീഥിക്കിരുപുറത്തും ഭാവി-
കാലം പറയാനുടുക്കും കുരങ്ങുമായ്
കോടാങ്കിമാർ നിരക്കുന്നിടത്തായ്ക്കിളി-
ക്കൂടുമായ്ക്കൂടീ മുരുകൻ.

ആനപ്പുറത്തെഴുന്നെള്ളുന്ന ദൈവവും
നാനാതരങ്ങളാം താളമേളങ്ങളും
ദീപവിതാനങ്ങളും വഴിവാണിഭ-
ക്കാരും വലത്തോട്ടിറങ്ങുന്ന പൂരവും
ആകെപ്പൊടിപൂരമല്ലോ.

മീനപ്പകലൊടുങ്ങീ; മദം പൊട്ടിയൊ-
രാനന്ദഷൺമുഖൻ ഗോപുരം വിട്ടതാ

പായുന്നു; കൂട്ടനിലവിളികൾ; തെല്ലു
ദൂരെത്തിടമ്പുമായ് വീണു പിടയ്ക്കുന്നു
മേലൂരിടം ബ്രഹ്മദത്തൻ.

ആനയെപ്പാപ്പാനതിസാഹസികമാ-
യാലിൻചുവട്ടിൽ തളച്ചു; ചിതറിയ
പൂരപ്പറമ്പിലൊരിടത്തു ചോരയി-
ലാകെപ്പുതഞ്ഞു കിളിക്കൂടുമായതാ
പാവം മുരുകൻ കിടപ്പൂ; ശവത്തിന്റെ
കാലിൽ തൊഴുതുകിടന്നമ്പലം വിണ്ടു-
കീറിടുംമട്ടിൽ ശപിച്ചു കരയുന്നു
വേളിച്ചരടറ്റുപോയവൾ; തത്തകൾ
ജാതകം കൊത്താൻ മറന്നോൾ.

16

പുണ്യദർശനം

മലയും വയലും കൈതക്കാടും
കുരുവിക്കൂടും കൈത്തോടും
ചിരിയും കളിയും പനിയും പകയും
ഇടവിട്ടെത്തും ഗ്രാമം.
പലതരമാളുകളിടകലരുന്നൊരു
മലയോരഗ്രാമം.

നായും കിളിയും മുയലും കോഴിയു–
മാടും പശുവും താറാവും
ഓരോവീട്ടിലുമോരോമട്ടിൽ
വളർത്തുജന്തുക്കൾ.
അങ്ങനെയങ്ങനെയോരോനാളുകൾ
വന്നുചിരിച്ചു മടങ്ങുമ്പോൾ
താറാവും മുയലും കോഴികളും
കാണാതാകുന്നു.

ഓരോ ദിവസവുമിതിനെച്ചൊല്ലി
കലഹം മുറുകുന്നു.
രാത്രിയിൽ വന്നു മലമ്പാമ്പിവയെ
ശാപ്പിടുമെന്നാമോ?
എന്നും രാത്രി കുറുക്കനിതേവഴി
വന്നു മടങ്ങുകയാമോ?

ഒറ്റക്കാലൻ ശിവശങ്കരനെ,
കള്ളൻശ്യാമളനെ,

വളഞ്ഞുനിർത്തിപ്പലകുറിയാളുകൾ
ചോദ്യം ചെയ്തിട്ടും
തെല്ലും കളവുകുറഞ്ഞീലതിനാൽ
വല്ലായ്മകൾ പെരുകീ.

കളവിനൊരറുതി വരുത്താനൊരുനാൾ
യുവാക്കൾ സംഘം ചേർന്നു.
വടിയും ടോർച്ചും കത്തിയുമായവർ
കാവലിരുന്നൂ വഴിയിൽ.
പെരുത്ത കള്ളനെയടുത്തദിവസം
പിടിച്ചു കൈയോടെ.
പിടിച്ച കോഴികളോടെ തെങ്ങിൽ
പിടിച്ചു കെട്ടുന്നു.

മേലാസകലം ഭസ്മംപൂശി-
കാവിപുതച്ചുംകൊണ്ടേ
ആൽത്തറമുക്കിലിരിക്കും സാക്ഷാൽ
കൂടോത്രസ്വാമി.
ചരടുജപിച്ചും ബാധയൊഴിച്ചും
പുലരും ഹരിചൈതന്യൻ.
മുടിയും താടിയുമൊരുപോൽ നീട്ടിയ
കോഴിസ്വാമികളെ
മതിവരുവോളം കണ്ടൂ പാലും
പഴവും നൽകിയവർ.

17

നന്ദുവിനോടേറെയിഷ്ടം

അച്ഛനും അമ്മയും ഗീതക്കുഞ്ഞമ്മയും
മുത്തശ്ശിയമ്മയും പൈക്കുട്ടിയും
രേവതിച്ചിറ്റയും ശ്യാമളനങ്കിളും
കൂവളപ്പൊത്തിലെ കിളിമക്കളും
വെച്ചുവിളമ്പുന്ന ജാനുവും ജാനുവെ
മുട്ടിയുരുമ്മുന്ന പൂച്ചകളും
ഒത്തുചേരുന്നൊരീ കൂട്ടുകുടുംബത്തി-
ലൊൻപതു പേരക്കിടാങ്ങൾ

നാമജപം കഴിഞ്ഞത്താഴമൂണിനു
നേരമാകുംവരെ ടിവികാണാൻ
നീട്ടിവിരിച്ചിട്ട പുൽത്തടുക്കിൽ കാലും
നീട്ടിയിരിപ്പാണു മുത്തശ്ശി.
മടിയിലിരിക്കുവാനുണ്ണിഗ്ഗണേശന്മാർ
കടിപിടികൂട്ടുന്നു നാലുപാടും.
ഊഴമിട്ടൂഴമിട്ടോരോരോരുത്തരെ
മടിയിലിരുത്തുന്നു മുത്തശ്ശി.

"തടിയൻ നീയെന്റെ മടിയിലിരുന്നാ-
ലൊടിയുമെൻ കാലുകൾ കട്ടായം"
നന്ദുവിനൂഴമണഞ്ഞപ്പോൾ മുത്തശ്ശി
മന്ദസ്മിതമാർന്നുചൊന്നു.
അതുകേട്ടുണ്ണികളാർത്തു ചിരിച്ചു
വിളറിത്തളർന്നുപോയ് നന്ദു.

നാടവിരപോലെ തീരെമെലിഞ്ഞൊരാ
ശ്രീജയൊരിത്തിരി ഹുങ്കോടെ,
എല്ലാപ്പുഴുപ്പല്ലും കാട്ടിച്ചിരിച്ചുടൻ
ചെന്നുകയറീ മടിത്തട്ടിൽ.
നാവിനൊരിത്തിരി നീളംപെരുകിയ
രേവതിച്ചിറ്റയെക്കൂട്ടി
ഏങ്ങിക്കരയുന്ന നന്ദുവിനെ ജാനു
താങ്ങിപ്പിടിച്ചുകൊണ്ടെത്തി.
മുത്തശ്ശിക്കകം നീറീ നന്ദുവെ
കെട്ടിപ്പുണർന്നു പറഞ്ഞു:
"മുത്തശ്ശിയമ്മ വെറുതേ പറഞ്ഞതി-
ന്നിത്രയ്ക്കുസങ്കടമെന്തേ?
പാടുമെൻ കണ്ണനോടല്ലയോ മറ്റാരേ-
ക്കാളുമീയമ്മയ്ക്കിണക്കം.
വന്നീമടിയിലിരുന്നു മുത്തശ്ശിക്കൊ-
രുമ്മ തന്നെല്ലാം മറക്കൂ."

18

വിരുന്നുകാർ

എല്ലില്ലാക്കോഴിയെ കൊന്നുകറിവെച്ചു
പിഞ്ഞാണിപ്പാത്രങ്ങൾതോറും
കപ്പയും മത്തിയും ചപ്പാത്തിയും അരി–
പ്പത്തിരിയും ചൂടു പുട്ടും
കുമരകം കരിമീനും നത്തോലിത്തോരനും
എരിവേറുമച്ചാറും ചോറും
അമ്മാവന്മാർക്കുമളിയനും നാത്തൂനും
അവരുടെ പെൺകുട്ടികൾക്കും
ടാറ്റാസുമോയുടെ ഡ്രൈവർ സുശീലനും
സ്വീറ്റീസെലസ്റ്റിൻ വിളമ്പി.

പാലൊട്ടും ചേർക്കാത്ത ചക്കരക്കാപ്പിയും
നാരങ്ങാവെള്ളവും വേറെ.
വല്ലതുംബാക്കിയുണ്ടാകുമെന്നോർത്തവൾ
ഉള്ളതശേഷംനിരത്തി,
മേലിട്ട ടർക്കിയിൽ കൈകൾതുടച്ചു തീൻ–
മേശമേൽകയ്യൂന്നിനിന്നു.
ചപ്പലും തുപ്പലും മൂക്കുതുടയ്ക്കലും
ഉഗ്രനായെന്നാംഗ്യം കാണിക്കലും
ഒട്ടുനേരത്തെപ്പരാക്രമങ്ങൾ കഴി–
ഞ്ഞൊക്കെയൊരുവിധം ശാന്തം.

എല്ലാം പൊടിപൂരമെന്നു സ്തുതിച്ചവർ
ഏമ്പക്കം വിട്ടെഴുന്നേറ്റു

കുരുവില്ലാ മുന്തിരിയാപ്പിൾ, ഞാലിപ്പൂവൻ
പഴവും കണ്ടിച്ച കേക്കും
വേറൊരു പാത്രത്തിൽ തീൻമേശമേലവൾ
സാവധാനത്തിൽ നിരത്തി.
ഒറ്റക്കുതിപ്പിനു പത്തുപേരും ചേർന്നു
'യുദ്ധക്കളം' വെടിപ്പാക്കി.
ശേഷിച്ച രണ്ടുമൂന്നാപ്പിളും പ്ലംകേക്കും
ബേബിച്ചനങ്കിൾ പൊതിഞ്ഞെടുത്തു.

പാത്രങ്ങളെല്ലാം കഴുകിത്തുടച്ചവൾ
സോപ്പിട്ടു കൈകൾ കഴുകി,
ഫ്ളാസ്കിൽ നിന്നിത്തിരി ചൂടുവെള്ളംമോന്തി
വേർപ്പുനീരൊപ്പിക്കിടന്നു.

19

കണ്ണടച്ചുതുറന്നിടുംമുൻപേ

കണ്ണടച്ചുതുറന്നിടും മുൻപേ
രണ്ടുമാസം കടന്നുപോയല്ലോ.
നല്ലപോലൊന്നടിച്ചു പൊളിക്കാൻ
തീരെ നേരം തികഞ്ഞതില്ലൊട്ടും

ദോഹയിൽനിന്നു വന്നോരളിയൻ
സ്നേഹമായ്ത്തന്ന ചെത്തുവസ്ത്രങ്ങൾ,
വേണ്ടപോലെ ധരിച്ചൂരുചുറ്റാൻ
സാവകാശം ലഭിച്ചില്ലതെല്ലും.

കുന്നത്തൂരുള്ളൊരമ്മായിവീട്ടിൽ
ചെന്നുപാർക്കാൻ കൊതിച്ചതും തെറ്റി
ശ്രീജയും മുറിമൂക്കൻസുഭാഷുമായ്
സീഡികാണാനുറച്ചതും ബാക്കി.

ആകമാനം പരമ്പരയാകയാൽ
ടിവിതൻ മുന്നിലെന്തൊരാൾക്കൂട്ടം.
വൃത്തിയായ് രണ്ടടിപൊളിപ്പാട്ടുകൾ-
ക്കൊത്തുതുള്ളാനുമായതില്ലൊട്ടും.

എഞ്ചിനീയറും ഡോക്ടറുമാക്കാൻ
ഉന്തിയുന്തിക്കയറ്റുകമൂലം
ഉള്ള സന്തോഷമെല്ലാം പൊലിഞ്ഞു

എള്ളിൽ വീണതാമൊച്ചുപോൽ ജന്മം.
പന്തുതട്ടിപ്പറമ്പിൽ കളിക്കാൻ
അമ്പലക്കുളത്തിൽ കുളിക്കാനും
കാതിലൊറ്റക്കടുക്കനിടാൻ, ടൂ-
വീലറിൽപറന്നങ്ങനെ ചുറ്റാൻ,
സമ്മതിക്കാത്ത മാതാപിതാക്കളേ
നിങ്ങളോടാണിനി നീണ്ടയുദ്ധം.

20

തുപ്പുംകുഞ്ഞമ്പു

മാളികവീട്ടിലെ കുഞ്ഞമ്പു
മാളോരെത്തുപ്പുന്ന കുഞ്ഞമ്പു
ഒൻപതായില്ല വയസ്സെന്നാലും
വമ്പും കുറുമ്പും കുന്നോളം.

വീട്ടിലാരാനും വിരുന്നുവന്നാൽ
നീട്ടിത്തുപ്പും കുഞ്ഞമ്പു
വഴിയാത്രക്കാരെയും തുപ്പുന്നു
വാലിയക്കാരെയും തുപ്പുന്നു.

മേലേവീട്ടിലെ കുഞ്ഞല്ലോ
വേലക്കാരും തടഞ്ഞീലാ.
അമ്മയ്ക്കുമച്ഛനും താലോലം
അയലത്തുകാർക്കും താലോലം.

വഴിയേപോകുന്നു സന്യാസി
പണിപറ്റിച്ചൂ കുഞ്ഞമ്പു.
കുഞ്ഞമ്പുവിന്നൊരു വെള്ളിപ്പണം
സമ്മാനിച്ചൂ സന്യാസി.

പിന്നെയൊരാളെത്തുപ്പിയപ്പോൾ
കന്നം പുകയുംമട്ടൊന്നു കിട്ടീ.
പൊൻപണംപോലേ കവിൾചുവന്നു
പല്ലുകൾ രണ്ടുകൊഴിഞ്ഞും പോയ്.

ഗാന നാടകം

21

അണിമാണ്ഡവ്യൻ

രംഗം ഒന്ന്

അന്തിമയങ്ങാൻ തുടങ്ങുന്നു. കുന്നിൻചെരുവിലെ ഗ്രാമവിദ്യാലയം; ഇത്തിരി താഴത്തുകൂടി ഒഴുകുന്ന വീതികുറഞ്ഞ പുഴ. താഴ്‌വരയിലെ പുൽമൈതാനത്ത് അതുവരെ ഓടിക്കളിക്കുകയായിരുന്ന കുട്ടികൾ പൊടുന്നനെ കൂറ്റൻ ആൽമരച്ചുവട്ടിലേക്ക് സംഘമായെത്തി. സ്കൂളിലെ പ്രിയപ്പെട്ട അധ്യാപികകൂടിയായ വാസന്തിയോപ്പോൾ കഥ പറയാനെത്തുകയാണ്. കണ്ണും കാതും കൂർപ്പിച്ച് വിവിധ പ്രായക്കാരായ കുട്ടികൾ. പുഴയിലെ നീരൊഴുക്കിന്റെ ശബ്ദം അന്തരീക്ഷത്തിന് കൂടുതൽ ഏകാഗ്രത പകരുന്നു.

ഗായകർ:-

അണിമാണ്ഡവ്യന്റെ കഥ കേൾക്കാൻ
ചെവിയോർത്തങ്ങനെ ചങ്ങാതിമാർ
അനിതയുമപ്പുവും സുനിതയും ലതികയും
പഴയകുന്നുമ്മേലെ സൈനബയും
മുടിപറ്റെവെട്ടിയ ഷമ്മിയും ഷാജിയും
ഇടയിടെ തലമാന്തും ഷാനവാസും
തെരുതെരെ കണ്ണു തിരുമ്മുന്ന സൈജുവും
കുരുകരുപ്പേറും റഫീക്കും
ശ്വാസമടക്കിപ്പിടിച്ചിരിക്കെ
വാസന്തിയോപ്പോൾ കഥ തുടങ്ങി.

രംഗം രണ്ട്

(കുസൃതിക്കുരുന്നുകൾ ഒന്നുകൂടി മുന്നോട്ടാഞ്ഞിരുന്നു. സകലരുടെയും കണ്ണുകൾ ആകാംക്ഷയാൽ വിടർന്നു.)

വാസന്തിയോപ്പോൾ:-

പണ്ടുപണ്ടൊരു ഘോരവനത്തിൽ
പണ്ഡിതനാകും മുനീന്ദ്രൻ,
അണിമാണ്ഡവ്യൻ ധ്യാനിച്ചിരിക്കെ
അതുവഴിയെത്തീ കള്ളന്മാർ.
അവരെ പിടിക്കാൻ രാജഭടന്മാർ
ആരവമോടെ പിന്നാലെ
വാളും കുന്തവും നായാട്ടുപട്ടിയും
കാടിളകുംപടി കോലാഹലം.

രംഗം മൂന്ന്

ആർപ്പും വിളിയും അലർച്ചയും നായാട്ടുപട്ടികളുടെ ക്രൗര്യം കലർന്ന കുരയും കുന്തങ്ങൾ കൂട്ടിമുട്ടുന്ന ശബ്ദവും ഇടകലരുന്നു. പേടിച്ചരണ്ട ചില മൃഗങ്ങളുടെ ഒറ്റപ്പെട്ടുയരുന്ന കരച്ചിൽ കേൾക്കാം. ഗായക സംഘം വീണ്ടും പ്രത്യക്ഷപ്പെടുന്നു. അവരുടെ ശബ്ദത്തിനിടയിൽ ഓപ്പോളുടെ വേറിട്ട ശബ്ദം കുട്ടികൾ തിരിച്ചറിയുന്നുണ്ട്.

ഗായകർ:-

"കള്ളനെ കണ്ടുവോ കള്ളനെ കണ്ടുവോ?"
തൊള്ള തുറന്നൂ ഭടന്മാർ.
ധ്യാനത്തിലാകയാലെള്ളോളം
വായ തുറന്നില്ല മാണ്ഡവ്യൻ.
നാവിറങ്ങിപ്പോയ നീയും പെരുങ്കള്ള—
നാണെന്നു തിട്ടപ്പെടുത്തി
കള്ളന്മാരിൽ ചിലർക്കൊപ്പം
കയറാൽ വരിഞ്ഞൂ മുനീന്ദ്രനേയും.
രാജസമക്ഷത്തിൽ ഹാജരാക്കി
ശൂലത്തിൽ കോർത്തൂ കിങ്കരന്മാർ.

രംഗം നാല്

കൊടും കാടാണല്ലോ, വേദനകൊണ്ടു പിടഞ്ഞും പുളഞ്ഞും വിശപ്പും ദാഹവും മൂലം ഉറക്കനെ അലറിക്കരഞ്ഞും മുനിയുടെ രണ്ടുഭാഗത്തുമായി കള്ളന്മാർ ശൂലത്തിൽ കിടന്നു. ചില ഭീകരജന്തുക്കൾ അടുത്തുവന്ന് അവരെ മണത്തും ശ്വാസം പിടിച്ചും നോക്കിയിട്ട് മുനിയെ പേടിച്ച് തൊടാതെ മടങ്ങി. അങ്ങനെ ഏതാനും ദിവസങ്ങൾ പിന്നിട്ടു.

വേറൊരു സംഘം ഗായകർ:-

ഏതാനും നാൾ ചെന്നപ്പോൾ
താനേ ചത്തു കള്ളന്മാർ.
നാമം ജപിച്ചുകൊണ്ടപ്പോഴും
ശൂലത്തിൽ വാഴും മാണ്ഡവ്യനെ

പക്ഷികളായ് വേഷം മാറിയ നാലഞ്ചു—
വൃദ്ധമഹർഷിമാർ ചെന്നുകണ്ടു.
"കർമഫലമാണീ കാണുന്നതെല്ലാം
നിങ്ങൾ ശപിയ്ക്കൊലാ രാജാവിനെ;"
എന്നു പറഞ്ഞൂ മാമുനി; പക്ഷികൾ
വന്നവഴിക്കു പറന്നു.

രംഗം അഞ്ച്

വീണ്ടും ആഴ്ചകൾ കഴിഞ്ഞു. ശൂലത്തിൽ പിടഞ്ഞുമരിച്ച കള്ളന്മാരുടെ ശവശരീരം അഴുകി ചീഞ്ഞ് ഒലിച്ചിറങ്ങാൻ തുടങ്ങി. അപ്പോഴേക്കും കഴുകന്മാർ ശവം കൊത്താൻ ചിറകടിച്ചെത്തി. ശൂലത്തിൽ കിടന്നു തന്നെ മഹാമുനി ഒറ്റനോട്ടത്താൽ അവയെ ചാരമാക്കി. പിന്നേയും ദുർഗന്ധം അസഹ്യമായി പരന്നു.
തപശ്ശക്തിയാൽ മുനി കാട്ടിൽ വസന്തം വരുത്തി. എങ്ങും വിടർന്ന അപൂർവ പുഷ്പങ്ങളുടെ സുഗന്ധം കാട്ടിൽ നിറഞ്ഞു. വണ്ടുകൾ തേൻ കുടിക്കാൻ മൂളിപ്പാട്ടുമായെത്തി. ഇത്രയുമായിട്ടും മരിക്കാതെ അവശേഷിക്കുന്നയാൾ ദിവ്യനായ മഹർഷിയാണെന്ന വിവരം മഹാരാജാവ് അറിഞ്ഞു.
പശ്ചാത്താപ വിവശനായ അദ്ദേഹം കാട്ടിലേക്കു കുതിച്ചു. മാമുനിയെ കാണണം; ആ പാദങ്ങളിൽ വീഴണം; മാപ്പിരക്കണം. വനാതിർത്തിയിലേക്കു കടക്കുമ്പോൾ തന്നെ "ഓം നമഃശിവായ" എന്ന മുഴക്കമുള്ള നാമശബ്ദം രാജാവിന്റെ കാതിൽപ്പതിഞ്ഞു.

ഒന്നാം ഗായകർ:-

ചാവാതെ ശൂലത്തിൽമേവും മഹർഷിയെ
രാജാധിരാജൻ ചെന്നു കണ്ടു.
ശൂലം മുറിച്ചു വിമോചിപ്പിച്ചൂ
നാമം ജപിച്ചു നടന്നൂ മുനി.

രംഗം ആറ്

മഹർഷി കൊടുങ്കാട്ടിൽ നിന്നും നേരെ പോയത് യമധർമ്മന്റെ സദസ്സിലേക്കാണ്. നരകവാതിലിൽ വെച്ചു തന്നെ മുനിയെ കാലദൂതന്മാർ സ്വീകരിച്ച് യമനു മുന്നിൽ എത്തിച്ചു. യമൻ മാമുനിയെക്കണ്ട മാത്രയിൽ എഴുന്നേറ്റു വന്ദിച്ചു. നാലുവശത്തുനിന്നും ഉയർന്നിരുന്ന പലതരത്തിലുള്ള ദീനരോദനങ്ങൾ പെട്ടെന്നു നിലച്ചു. എങ്ങും നിശ്ശബ്ദത.

ഓപ്പോളും സംഘവും:-

തന്നെയിതേവിധം ശൂലത്തിൽ കോർക്കാൻ
സംഗതിയെന്തെന്നു കാലനോടായ്
ചെന്നു ചോദിച്ച മുനിയോടൊരിത്തിരി
പുഞ്ചിരിയോടേ യമൻ പറഞ്ഞൂ.

യമൻ:–

ഈർക്കിൽ കൂർപ്പിച്ചു കുഞ്ഞായിരിയ്ക്കുമ്പോൾ
കോർത്തൂ ഭവാനതിൽ പ്രാണികളെ.
ആയതിനുള്ള തിരിച്ചടിയാണിതെ–
ന്നാദരവോടറിഞ്ഞാലും."

രംഗം ഏഴ്

യമധർമ്മന്റെ തെല്ലു പരിഹാസം കലർന്നുള്ള മറുപടി മഹാമുനിയെ ചൊടിപ്പിച്ചു. കണ്ണുകളിൽ പതുക്കെ കനലുകൾ തെളിഞ്ഞു തുടങ്ങി. "പന്ത്രണ്ടു വയസ്സുവരെ കുട്ടികൾ ചെയ്യുന്നതൊക്കെ ക്ഷന്തവ്യമാണെന്ന് സർവജ്ഞനെന്നഭിമാനിക്കുന്ന നിനക്ക് അറിഞ്ഞുകൂടെ?

ഒന്നാം ഗായകൻ:

"കുട്ടികൾ കാട്ടും കുസൃതികൾക്കൊക്കെയും
കുറ്റമില്ലെന്നതറിഞ്ഞിട്ടും
ഇമ്മട്ടിലെന്നെ നീ ശിക്ഷിക്കയാൽച്ചെന്നു
മന്നിൽപ്പിറക്കുക മാനവനായ്."
എന്നു ശപിച്ചു മറഞ്ഞൂ മാമുനി
കുന്നും കടലും വിറച്ചൂ.
ഗായക സംഘം:–
ശാപം ഫലിയ്ക്കയാൽ കാലൻ വിദുരരായ്
ഭൂമിയിൽ വന്നു പിറന്നു.
വ്യാസമഹാകവിതൻ മകനായ്; ശൂദ്ര
ദാസിയ്ക്കരുമയാം പൊന്മകനായ്.
ലോകം മുഴുക്കെസ്സമാദരിയ്ക്കും വേദ–
പാരംഗതനാം മുനിയായ്.

രംഗം എട്ട്

അതുവരെ ശ്വാസമടക്കി ഇരുന്നവർ മെല്ലെ ഒന്നു മൂരി നിവർന്ന് ദീർഘനിശ്വാസം വിട്ടു. ഓപ്പോളുടെ മുഖത്താകട്ടെ ഒരു നേർത്തചിരി. കാരണമെന്തെന്നോ?

ഗായകസംഘം:–
പാണ്ഡവർക്കും നൂറ്റുപേർക്കുമിളയച്ഛ–
നാകും വിദുരരെപ്പറ്റി
കേൾക്കവേ പോക്കറ്റിൽ നിന്നു കൂർപ്പിച്ചതാ–
മീർക്കിൽ റഫീക്കു വലിച്ചെറിഞ്ഞു
അനിതയുമപ്പുവും സുനിതയും ലതികയും
അതു കണ്ടു പൊട്ടിച്ചിരിച്ചു.